የኤፌሶን

መጽሐፍ ጥናት መምሪያ

ጥልቀት ያለው የግሪኩ ምንባብን መሠረት ያደረገ የመጽሐፍ ቅዱስ ጥናት ጥያቄዎች

በአድያምሰገድ ወልደማርያም (የክብር ዶ/ር)

ኢ.ፈ.በ.አ አገልግሎት© ዕትም ማክሰኞ, ሐምሌ 8/2017

WWW.GHLU.ORG

የኤፌሶን ትምህርት መምሪያ

©: 2017 – አድያምሰገድ ወልደማርያም

ይህ የኤፌሶን መጽሐፍ ትምህርት ለንግድ / ትርፍ ወይም ለትርፍ ሊገለበጥ ወይም ዳግም እንዲታተም አይፈቀድም። ለቡድን ጥናትና ለማስተማር አጭር ጥቅሶችን መጠቀም ይፈቀድላቸዋል፤ ፍቃድ ጥያቄ ሲቀርብ ይደረጋል። የመጽሐፉም ጥቅሶች የተወሰዱት ከኢትዮጲያ የመጽሐፍ ቅዱስ ማህበር አማርኛ 1962. ከመጽሐፍ ቅዱስ ናቸው።

የደራሲው መብት የተጠበቀ ነው።

ኮሎራዶ፤ ዩናይትድ ስቴትስ ኦፍ አሜሪካ ታተመ

የሽፋን ዲዛይን: በወንድም አድያምሰገድ ወልደማሪያም

የውስጥ ዲዛይን፡ በወንድም አድያምሰገድ ወልደማሪያም

በክርስቶስ

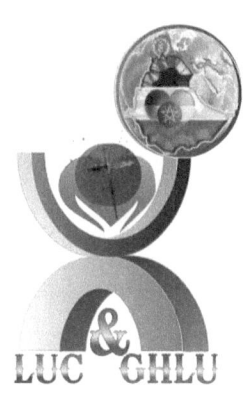

በአድያምሰገድ

ወልደማርያም

የኤፌሶን ትምህርት ጥናት መምሪያ

ሐምሌ 8/2017 ዓ.ም

ምስጋና

መቼም አንድ መጽሐፍ ሲዘጋጅ ድርሻቸውን የሚወጡ በርካታ ሰዎች መኖራቸው የታመነ ነው። የሁሉንም ድርሻና ተሳትፎ በዚህች አጭር ጽሑፍ ለመዳሰስ መሞከር “አባይን በጭልፋ” ስለሚሆንብኝ አልሞክረውም። ሆኖም ግን የጎላ ድርሻ ያበረከቱትን አለመጥቀስ ደግሞ ሰውንም አምላክንም መበደል እንዳይሆንብኝ ጥቂቶቹን ልጠቅስ እወዳለሁ።

ከሁሉ አስቀድሞ ግን፣ ሳላውቀው ላወቀኝ፣ ሳልፈልገው ለፈለገኝ፣ ከኃጢአተኞች ዋና የሆንኩትን እኔን በበረሃማው በሱዳን ሃገር በድንቅ መንገድ ላገኘኝ፣ ዓለም ሳይፈጠር አስቀድሞ ለወደደኝ፣ ራሱንም ለእኔ በሞት አሳልፎ ለሰጠ ለመድኃኒቴ፣ ለልዑል እግዚአብሔር ልጅ ለኢየሱስ ክርስቶስ ምስጋናዬ ይድረሰው።

ይህን ቅዱስ የኤፌሶን መጽሐፍ በትምህርት መልክ እንድጽፍ እንዲሁም ጥናት መምሪያ ለበርካታ ዓመታት አብሮነቱ ላልተለየኝ በኃዘን፣ በደስታ፣ በችግርና በብዙ ፈተና ውስጥ ሳልፍ ላጽናናኝና

ላበረታኝ ለመንፈስ ቅዱስ ምስጋናዬ ይድረሰው። ስወድቅ ላነሳኝ፤ እስከዛሬም ፈጽሞ ለተሸከመኝ የሁሉም አባት ለሆነ ለቸሩ እግዚአብሔር ምስጋናዬ ይድረሰው።

ይህን መጽሐፍ ከመጀመሪያ እስከ መጨረሻ ድረስ ትልቁን ስራ በመስራት የረዳኝ ደራሲ እና አርታዒው ዳንኤል ተሾመ ከልብ ላመሰግን እወዳለሁ።

ማውጫ

1. መግቢያ 11
2. ምዕራፍ አንድ 13
3. ምዕራፍ ሁለት 41
4. ምዕራፍ ሦስት 75
5. ምዕራፍ አራት 93
6. ምዕራፍ አምስት 116
7. ምዕራፍ ስድስት 143

የኤፌሶን መልእክት

የመጽሐፍ ቅዱስ ጥናት መምሪያ

መግቢያ

ይህ የኤፌሶን መጽሐፍ ምዕራፍ 1 መጽሐፍ ቅዱሳዊ ጥናት በዐይነቱ ከሌሎች ተለምዶአዊነት ካላቸው የመጽሐፍ ቅዱስ ጥናቶች በሁለት ዐበይት ነገሮች የሚለይ ሆኖ እንመለከታለን። በእርግጥም የመጀመሪያው መለያ ቍልፍ የሆኑ የመልእክቱ ቃላትን በግሪክኛው መልኩ የሚያቀርብልን መሆኑ ነው። ከዚህ በመቀጠል የምናገኘው ሌላው ነገር ደግሞ አጽንኦት ሊደረግባቸው የሚገቡ ቃላትን እና ሐረጋትን ከዐውዳዊ አገባባቸው ጋር አቆራኝቶ የሚያቀርብልን መሆኑ ነው።

የኤፌሶን ጥናት ምዕራፍ 1

ኤፌሶን 1፥1 *በእግዚአብሔር ፈቃድ የኢየሱስ ክርስቶስ ሐዋርያ የሆነ ጳውሎስ፥ በኤፌሶን ላሉት ቅዱሳን በክርስቶስ ኢየሱስም ላሉት ምእመናን፤*

ጥያቄ 1. ጳውሎስ በአምላክ ፈቃድ የክርስቶስ ኢየሱስ ሐዋርያ አድርጎ መሾሙ ሥነ-መለኮታዊ ሥልጣንን የሚያጎናጽፈው እንዴት ነው? ይህስ ከሌሎች የጳውሎስ ደብዳቤዎች ጋር በምን መልክ ሊለያይ ይችላል?

ጥያቄ 2. እነርሱን ἁγίοις (ቅዱሳን) እና πιστοῖς (ታማኝ/አማኞች) ብሎ መጥራት ፋይዳው ምንድን ነው፣ እና ይህ ድርብ ስያሜ ስለ ቤተ ክርስቲያን ምን ይጠቁማል?

📖 **ኤፌሶን 1፥2** *ከእግዚአብሔር ከአባታችን ከጌታም ከኢየሱስ ክርስቶስ ጸጋና ሰላም ለእናንተ ይሁን።*

ጥያቄ 3. የጳውሎስ መደበኛ ሰላምታ "ጸጋ" ሲል እንዴት ነው የሚለከተው? በተጨማሪም "ሰላም" ብሎ ሲናገር ከደብዳቤ ቀመር አልፈው ወደ ሥነ-መለኮታዊ መግለጫ፣ በተለይም በአይሁድ-አሕዛብ ተደራሲያን አውድ ውስጥ የሚዘረጋው? ከመፅሐፍ ቅዱስ እና ከጥንት ታሪክ ምን እናስተውላለን?

ጥያቄ 4. ስለ እግዚአብሔር አባታችን እና ስለ ጌታችን ኢየሱስ ክርስቶስ በጋራ መጠቀሳቸው የጥንቱን መሰረታዊ የክርስቶስን ትምህርት የሚያሳውቅ እንዴት ነው? በስላሴ አስተምህሮ ከዚህ ክፍል ምን እንረዳለን? ሰውን በማዳን ስራ የአብ እና የወልድን ማንነት እና ህብረት ማወቅ በይበልጥም ሰው ሆኖ ወደ ምድር መምጣቱ እና በእምነት በኩል በመስወዕቱ በኩል መዳናችን ለክርስትና ሕይወታችን ምን ፋይዳ አለው? ሥነ-መለኮታዊ ትንታኔ ስጡበት።

ኤፌሶን 1፥3- *“በክርስቶስ በሰማያዊ ሥፍራ በመንፈሳዊ በረከት ሁሉ የባረከን የጌታችን የኢየሱስ ክርስቶስ አምላክና አባት ይባረክ።”*

በረከት፥ የባረከን ፥ ይባረክ

ትኩረት የሚደረገበት ቃል፡- የባረከን የጌታችን የኢየሱስ ክርስቶስ አምላክና አባት ይባረክ የሚለው ሐረግ ነው።

ጥያቄ 5. እዚህ ሥፍራ ላይ ጳውሎስ በእርግጥም ትኩረት ሊደረግባቸው የሚገቡ በሦስት መልኩ የሚገለጹትን የግሪክ ቃላትን ሰጥቶ ወይም የግሱን ሦስት መገለጫ መልኮችን አስፍሯቸው እናገኛለን። እነዚህም *ዩሌጌቶስ፣ ዩሌጌሳስ እና ዩሎጎሚያ* የሚሰኙ ሲሆኑ፣ በእርግጥስ ከእነዚህ ሦስትዮሻዊ ድግግሞሽ የቱን ነገረ መለኮታዊ ጉልህነት እናገኛለን?

ጥያቄ 6. እዚህ ጳውሎስ ልመናን ከማቅረብ ይልቅ በዶክስሎጂ እንዴት ይጀምራል? ይህ ስለ ክርስቲያናዊ ጸሎት ምን ያስተምራል? ልዩ ልመናዎችን ከማቅረብ ይልቅ አምልኮን የሚገልጽበት እና ለእግዚአብሔር ክብር መስጠት ለክርስትና ህይወት ማደግ ምን ያህል አስፈላጊ ነው? ። “ዶክስሎጂ” የሚለው ቃል የመጣው “ዶክሳ” (ክብር) እና “ሎጎስ” (ቃል) ከሚሉት የግሪክ ቃላት ሲሆን የምስጋና ወይም የክብር ቃልን ያመለክታል።

ጥያቄ 7. እዚህ ይህ የበራካ / መባረክ እና ይባረክ (የአይሁድ የበረከት ቀመር) ምሳሌ ነው? አወቃቀሩ መዝሙር እና ወዳሴ ነው? የብሉይ ጸሎቶችን መሰረት በማድረግ በይበልጥም ማመስገንን እንዴት ታስተውለዋለህ?

ጥያቄ 7. εὐλογητος (የተባረከ) የሚለውን ግሥ በዕብራይስጥ የሥርዓተ አምልኮ ዳራ (ባሮክ) ተንትኑ እና ይህን ረጅም የበረከት ክፍል በመቅረጽ (ቁ.3-14) ሥነ-መለኮታዊ አንድምታውን ተወያዩ።

ጥያቄ 8. በጳውሎሳዊ ፍጻሜ ውስጥ "በሰማያዊው ዓለም (ἐν τοῖς ἐπουρανίοις)" የሚለው ትርጉም ምንድን ነው? የኤፌሶንን የጠፈር ወሰን ያስተዋወቀው እንዴት ነው? በየትኛው ከተማ ስንኖር የተከፈተ ሰማይ በክርስቶስ ማግኘታችን ከርስቶስን በባህሪው በመምሰል የድል ህይወት እንድንኖር የሚሰጠው አስተዋፅኦ ግለጥ።

ጥያቄ 9. እነዚህ በረከቶች በጥራት እና በፍፅመናቸው እንከን የሌሽ "የክርስቶስን ከሙታን በመነሳት ያገኘውን የክብር ሕይወት" የተጋራንበትን የፀጋው ክብር መገለጥ ያመለክታል? ቁሳዊ በረከቶች ደግሞ ጥራት እና ምንጬ ከሆነው ከክርስቶስ በረከት ጋር ማወዳደር ስነ-መለኮታዊ እድምታው እንዴት ነው? ቁሳዊ በረከቶች በሮሜ 8፡32 መሰረት አንድ አማኝ እንዴት ሊመለከተው ይገባል?

ኤፌሶን 1፥4 - *“ዓለም ሳይፈጠር፥ በፊቱ ቅዱሳንና ነውር የሌለን በፍቅር እንሆን ዘንድ በክርስቶስ መረጠን።”*

ትኩረት የሚደረገበት ቃል፡- በፊቱ ቅዱሳንና ነውር የሌለን በፍቅር እንሆን የሚለው ሐረግ ነው።

ጥያቄ 10. እዚህ *ሥፍራ* ላይ *ኤክሴሌክሳቶ* የሚለው ቃል በመካከለኛ ድምፀት የተቀመጠ ሲሆን የዚህ የመካከለኛ ድምፀት ጉልህነቱ ምንድን ነው?

ጥያቄ 11. ዓለም ሳይፈጠር በፊት የሚለው ሐረግ በእርግጥም በዐይነቱ እጅግ ልዩ ሆኖ የሚስተዋል ነው። በዚህ ዐውድ መልኩ በሌላ የአዲስ ኪዳን መጻሕፍት ውስጥ ጥቅም ላይ የዋሉት የት ነው? የሚሰጡትስ ነገረ-መለኮታዊ ግንዛቤና ክብደታቸው ምንድን ነው?

ጥያቄ 12. ጊዜያዊ ሐረግ πρὸ καταβολῆς κόσμου (ዓለም ከመፈጠሩ በፊት) ለጳውሊናዊ ቅድመ-ውሳኔ ሥነ-መለኮት አስተዋጽኦ የሚያደርገው ምንድን ነው?

ጥያቄ 13. αγιους καὶ Αμομους (ቅዱስ እና ነውር የሌለበት) የሚለው ሐረግ ከመሥዋዕታዊ ቋንቋ እና ከቃል ኪዳን ንጽሕና ጋር እንዴት ይገናኛል? በክርስቶስ ውስጥ በመገኘት (በመቆም) ክርስቶስ ቅድስናችን ነው (1ኛ ቆሮ 1፡30-31)ስንል ምን ማለት ነው?

ጥያቄ 14. ክርስቲያን ይህን ቅድስና እንደ "በረከት" ማግኘቱ በሐጢያት እና በዓለም ምኞች ላይ የሚኖረው እይታ ሆነ እርምጃ ምንድን ነው? በወንጌላውያን አማኞች ክርስቶስ ቅድስናችን ነው የሚለው ስነ-መለኮታዊ ትምህርት የዕብራውያን መፅሐፍ ጥናት ጥራዝ አንድ መግቢያ ላይ ተመልከት። በአጭሩ ትንታኔ በመስጠት ተወያዩበት።

ኤፌሶን 1፥5 - *"በበጎ ፈቃዱ እንደ ወደደ፥ በኢየሱስ ክርስቶስ ሥራ ለእርሱ ልጆች ልንሆን አስቀድሞ ወሰነን።"*

ትኩረት የሚደረገበት ቃል፡- ለእርሱ ልጆች ልንሆን አስቀድሞ ወሰነን የሚለው ሐረግ ነው።

ጥያቄ 15. *ፕሮሪሳስ* የሚለው ቃል የተገኘበት ሥርወ-ቃል ምንድን ነው? የአስቀድሞ መመረጥ ምንነትን አስመልክቶ መለኮታዊ ባሕርይ የሚሰጡት ዕንድምታዎች ምንድን ነው? ይህ

ስለ አስቀድሞ መወሰን ባለን ክርክር ላይ ተጽዕኖውን እንዴት ያሳድራል?

ጥያቄ 16. *ሁዎቴሲያ* የሚለው የግሪኩ ቃል ልጅነትን ማግኘት ለሚለው ጥቅም ላይ የዋለ ቃል ነው። ይህ ቃል በግሪክ-ወ-ሮም ሕግ-ነክ ቋንቋ እንዴት ነው ጥቅም ላይ የዋለው? ሐዋርያው ውሎስ ይህንን ቃል ለአማኞች መግለጫነት በመጠቀሙ ረገድ አጽንኦት ሊሰጠው ያለው ነገር ምን ሊሆን ይችላል?

ጥያቄ 17. ከግሪኮ-ሮማውያን የእጣ ፈንታ እና የአይሁድ የቃል ኪዳን ምርጫ ጋር በተያያዘ "አስቀድሞ ወሰነን" የሚለው ቃል ፋይዳው ምንድን ነው?

ጥያቄ 18. ጉዲፈቻ ጳውሎስ አሕዛብ በአብርሃም ተስፋዎች ውስጥ መካተትን በተመለከተ ያለውን ግንዛቤ የሚያበራው እንዴት ነው?

📖 **ኤፌሶን 1፥6** *"በውድ ልጁም እንዲያው የሰጠን የጸጋው ክብር ይመሰገን ዘንድ ይህን አደረገ።"*

ትኩረት የሚደረገበት ቃል፡- የጸጋው ክብር ይመሰገን ዘንድ የሚለው ሐረግ ነው።

(እግዚአብሔር ይህንን ሲያቅድ እንዴት ባለ ታላቅ ደስታ እንደተደሰተ ባወቃችሁ!) በውድ ልጁ አማካኝነት እጅግ በበዛው ቸርነቱ በሰጠን ስጦታ ውስጥ ወዳለው ታላቅ የደስታ በዓል ውስጥ አብራችሁት እንድትገቡ ፈልጓል። (ዘሜሴጅ መፅሐፍ ቅዱስ)

ጥያቄ፡- 19. የጸጋው ክብር የሚለው ሐረግ ምንን ያመለክታል?

ጥያቄ፡- 20. የጸጋው ክብር የሚመሰገን መሆኑ አንድን የሆነ ነገር ነው ወይስ አንድን አካል የሚያመለክተው?

ጥያቄ፡- 21. ይህን አደረገ ማለቱ ትንታኔ ስጥበትያደረገው ወይንም "ባርኮናል" የሚለው ግስ (ግሪክ፡ echaritosen) ሁሉ የመፅሐፍ ቅዱስ ቦታ ላይ የማይገኝ ነው። የቃሉ ፍቺ - ("በጣም ከልክ በላይ የተወደደ / ያለ ልክ ሞገስን ያገኘ ወይንም ከክብር ጋር እንደ ተቀበለን") ያመለክታል። ክርስቲያን የልቦና አይኖቹ ቢበሩላት

እና ይህን ቢያስተውል ከራሱ ወጥቶ ትውልድ ላይ ተፅእኖ ለመፍጠር ምን ያህል ሊዘረጋ ይችላል?

ጥያቄ፡- 22. አንተም ሆንህ ቤተ እምነትህ ለምትኖሩባት ሃገር እና ለተወለድክበት ሃገር ምን ያህል ተፅእኖ ፈጣሪ ሆንህ? ምን እያለን ይመስልሃል? በዚህ ልክ በፀጋ መበረክህ ለምንድን ነው ትላለህ? "ለበረከት ሁን!" የሚለው ቃል ጋር አዛምደህ ስትመለከት ረስህን የት ስፍራ ላይ ታገኘዋለህ? ሌለው ወንድምህ በክርስቶስ ለመቀበል ይህ ምን መሰረታዊ ነገር አለው?

ጥያቄ 23. "ይህን አደረገ" የሚለው ቃል ልጁን ኢየሱስ ክርስቶስን በሚወደው ዘላለማዊ ፍቅር (በክርስቶስ ውስጥ በማድረጉ) በፍቅር ሉል ውስጥ እንድንሆን ተቀብሎናልና ይህም ደግሞ የከበረውን የእርሱን ያለ ልክ የሆነውን ልግስና ለክብሩ ምስጋና ማመስገን እንድንችል ነው። ኪዚህ ምን ታስተውላለህ? በክርስትና ህይወት ተፅእኖ ፈጣሪ ለመሆን ሌላ ምን ተጨማሪ ከጌታ ዘንድ የምትጠይቀው ይኖርን? ለምንስ አማኝ የድል ነሺነት ህይወት በማፀባረቅ ህብረተሰቡን መለወጥ እንዴት ይገኛል?

ኤፌሶን 1፥7 *በውድ ልጁም፥ እንደ ጸጋው ባለ ጠግነት መጠን፥ በደሙ የተደረገ ቤዛነታችንን አገኘን፤ ቤዛነታችንን አገኘን እርሱም የበደላችን ስርየት።"*

ትኩረት የሚደረገበት ቃል፡- ቤዛነታችንን አገኘን እርሱም የበደላችን ስርየት የሚለው ሐረግ ነው።

መቤዠት ግሪክ = **አፖሉትሮሲስ** - መልሶ በመግዛት፣ ነጻ ማውጣት በሚለው ሃሳብ ላይ የተመሰረተ ነው ።ይህ በአዲስ ኪዳን ውስጥ በጣም የተለመደው የቤዛ ቃል ነው። እሱ በተለይ ቤዛ በመክፈል አንድን ሰው ወይም አንድ ነገር ከባርነት ነፃ የመውጣትን ተግባር ይመለከታል። (ከኃጢአት፣ ከሕግ፣ ከሞት፣ ከሰይጣን) ተቤዠን።

ሉትሮ: ይህ ለቤዛ ወይም ለቤዛ የተከፈለውን ዋጋ ይመለከታል።

አጎራዞ እና **ኤክሳጎራዞ፡-** እነዚህ ግሦች ማለት "መግዛት" ወይም "መግዛት" ማለት ሲሆን ባሪያዎችን በመግዛት ረገድ አንዳንድ ጊዜ ለነፃነታቸው ያገለግላሉ።

ጥያቄ 24. እዚህ ላይ የተጠቀሰው የግሪኩ አቻ ቃል መቤዠት ግሪክ = አፖሉትሮሲስ በክርስቶስ ስለአገኘነው በረከት ምን ስነ

መለኮታዊ እይታ እና በህይወት ጉዞ ላይ ምን አይነት የነፍስ መልህቅ ይሰጥሃል?

ጥያቄ 25. የግሪክ ቃል አፌሲስ ማለት መፈታት፣ መባረር፣ ይቅርታ ወይንም ስርየት ማለት ነው። እዚህ ላይ ይቅርታ የሚያመለክተው ያለፈውን ግዜ ብቻ ነው ወይንስ ቀጣይ ደረጃንም ጭምር?

ጥያቄ 26. ክርስቲያን በክርስቶስ ሲገኝ የበደል ይቅርታ እንዳገኘ በመረዳቱ በቅድስና እንዲሄድ ምን አይነት አቅም ይሰጠዋል?

ጥያቄ 27. የቅድስና ህሊና ሲኖረን (የክርስቶስ አእምሮ) ልባችንን ሲገዛ በሐጢያት፥ በሰይጣን ፥ በስጋ እና በአለም ምኞች ላይ አሸናፊ በመሆን እንዴት እንድንመላለስ ያደርገናል? በወንድማማች ለመዋደድ እና ለቅዱሳን ህብረት ምን አስትዋፅኦ አለው?

ጥያቄ 28. መቤዠት አፑአሎኡተሮሲስትሩሬሴስ ap-ol-oo'-tro-sis የሚለው ቃል ብሉይ ኪዳናዊ ሥርወ-ቃል ታሪካዊ ዳራ ምንድን ነው?

ጥያቄ 29. የዚህ ቃል አጠቃቀም እንዴት ነው የጳውሎስን ነገረ መለኮታዊ መረዳት ከዘጸአት እና ከዘሌዋውያን ጋር ያያያዘው?

ጥያቄ 30. እንዴት ነው διὰ τοῦ αἵμματος αὐτοῦ ምትክ ወይም አሳታፊ የስርየት ሞዴሎችን የሚያጎላ?

📖 **ኤፌሶን 1፥8** *ጸጋውንም በጥበብና በአእምሮ ሁሉ አበዛልን።*

ትኩረት የሚደረገበት ቃል፡- በጥበብና በአእምሮ የሚለው ሐረግ ነው።

ጥያቄ 31. የግሪክ ሶፊያ - ጥልቅ, መለኮታዊ ጥበብ.ነው። ይህ ጥበብ በክርስቶስ በመሆን ይገኛል። ይህን ጥበብ ያገኘን ግዜ (አዲስ ፍጥረት ስንሆን) ከቀደመው ህይወትህ ጋር ስታስተያይ ምን አስተዋልህ? ይህ ጥበብ ዛሬስ በመንፈሳዊ እድገትህ ምን ያህል እየተጠቀምክበት ትገኛለህ? በጥበብ ባለመመላለስ ያጋጠመህ መንፈሳዊ ድክመት ከነበረ ታዲያ እንዴት ተመልሰህ አስተካከልህ?

ጥያቄ 32. ይህ ጥበብ እንደ ብርሃን ለጠፋው ዓለም ሊያበራ እና በትውልድ መካከል በጎ ተፅእኖ ፈጣሪ ለመሆን ራስን ማስለመድ

ምን ያህል አስፈላጊ ነው? ከቤተክርስቲያን ክልል ውጭ እንዴት ለጌታ ክብር ሊውል ይችላል?

ጥያቄ 33. ፎሮኔሲስ (ጥንታዊ ግሪክ፡ φρόνησις)፣ ብዙ ጊዜ እንደ ተግባራዊ ጥበብ፣ አስተዋይነት፣ ወይም ማስተዋል ተብሎ ይተረጎማል፣ ለጥንቷ ግሪክ ፍልስፍና በተለይም በአርስቶትል ሥራዎች ውስጥ ዋና ጽንሰ-ሀሳብ ነው። እሱ የንድፈ ሃሳባዊ እውቀት ብቻ ሳይሆን በተግባራዊ ሁኔታዎች ውስጥ ትክክለኛ እና ስነ-ምግባራዊ ውሳኔዎችን የማድረግ ችሎታ ነው። ፎሮኔሲስ በተወሰነ አውድ ውስጥ የተሻለውን የተግባር አካሄድ መለየት እና በዚሁ መሰረት መስራትን ያካትታል።

ጥያቄ 34. ፎሮኔሲስ በእውነተኛ ህይወት ሁኔታዎች ውስጥ ምን ማድረግ እንዳለበት ማወቅ እንጂ ረቂቅ መርሆችን መረዳት ብቻ አይደለም። ሊያስከትሉ የሚችሉትን መዘዞች ግምት ውስጥ በማስገባት እና አርቆ በማሰብ ጥበብ የተሞላበት ውሳኔ የማድረግ ችሎታን ይጨምራል። ሁኔታውን በጥልቀት መረዳትን ያካትታል, ጥቃቅን እና ውስብስብ ነገሮችን ጨምሮ መረዳትን ያመለክታል። ከሥነ ምግባራዊ ባህሪ እና በጎነት ተላብሶ አማኙ ወደ ጥሩ እና ትክክለኛ ድርጊቶች ሊመራው የሚያስችለው ነው። ክርስቲያን በክርስቶስ እውቀት ከተባረከ ህይወቱ እና ተግባሩ ምን ሊመስል ይገባል?

ጥያቄ 35. በጎነትን ቸርነትን ከስነምግባር ጋር ስናስተያየው ከፍ ያለ ነው። ታዲያ ፅድቃችን ከፈሪሳውያን በልጦ ለህብረተሰብ መለወጥ ምክንያት እንዴት ልንሆን እንችላለን? ይህ ከአእምሮ ያለፈ እውቀት እንዲገዛን ክርስቲያም ምን ማድረግ ይኖርበታል?

ጥያቄ 36. ከክርስቶስ የሆነ አማኝ ይህ እውቀት ሲገዛው በእግዚአብሔር እቅዶች እና ባልጀራውን እንደ ራሱ በመውደድ በፍቅር በተመሰረተ ላይ ባለው እምነት ላይ ተጽዕኖ የሚያሳድረው እንዴት ነው? ሲቀጥል ህብረተሰቡ ላይ በጎነትን ቸርነትን ባመድረግ ለወንጌል መልእክተኛ እንዴት ሊሆን ይችላል?

ጥያቄ 37. ἐπερίσσευσεν (አበዛልን) የሚለው ግስ ኃይል ምን ያህል ነው? በክርስቶስ በተሰጠን የንግስና ህይወት ለመኖር (ሮሜ 5፡17) ጋር በማስተያየት ምን ታስተውላለህ? ክርስቶስ በምድር ሳለ አባቱን አክብሮ (ዮሐ 17፡4) እንደተመላለሰ በዚያ ልክ ለመመላለስ እግዚአብሔር ፀጋውን በክርስቶስ በኩል መስጠቱን ማወቅ እና ማመን ምን ያህል አስፈላጊ ነው? የእኛ የሆነውን የርስት ባለጠግነት መረዳት እና መመላለስ እንድንችል ምን ይመክረናል?

📖 **7. ኤፌሶን 1፥9-10** *"በክርስቶስ ለማድረግ እንደ ወደደ እንደ አሳቡ፥ የፈቃዱን ምሥጢር ዐስታውቆናልና፤ በዘመን ፍጻሜ ይደረግ ዘንድ ያለው አሳቡም በሰማይና በምድር ያለውን ሁሉ በክርስቶስ ለመጠቅለል ነው።"*

ትኩረት የሚደረገበት ቃል፡- ምሥጢር ዐስታውቆናልና ሁሉ በክርስቶስ ለመጠቅለል የሚለው ሐረግ ነው።

ጥያቄ 38. *ሚስቴሪዮን* ወይም ምሥጢር የሚለው ቃል በዚህ ዐውድ የሚኖረው ትርጉም ምንድን ነው? በዚህ ዘመን ካለው ዘመናዊ ከሆነው ምሥጢርን ሰዎች ከሚረዱበት ግንዛቤ በምን ይለያል?

ጥያቄ 39. *አናክሴፋሊዮ* (ሲጠቀለል) የሚለው ቃል "ሁሉንም ነገሮች በአንድነት በሚጠቀልልበት" በክርስቶስ ሚና ላይ ይህ የሚሰጠን ጥቅም ምንድን ነው?

ጥያቄ 40. "ዓላማ" (ፕሮቴሲስ) የፈቃዱን ምንነት እና መለኮታዊ ባህሪውን እንዴት ያብራራል?

ጥያቄ 41. የፈቃዱን ምስጢር መርምር። እዚህ ላይ "ምስጢር" ከዘመናዊው የጥበብ ሚስጥራዊ ፍልስፍናዎች እና የሃይማኖቶች ጥበብ የሚለየው እንዴት ነው?

ጥያቄ 42. ወደ እኛ አውድ ስንመጣ የፈቃዱ ሚስጢር ሃገር ስለ ቀየርን ሆነ የኑሮ ደረጃችን ከፍ ወይንም ዝቅ ስላለ ፈቃዱን አውቀን ከመፈፀም ጋር እንዴት ታስተውለዋለህ? በስድት እና በድሎት ግዜ ፈቃዱን ማወቅ እንዴት ይታያል?

ጥያቄ 43. የፈቃዱን ሚስጥር ካለመረዳት ጋር ሳናውቀው ከመንገድ መሳት ወይንም ከጌታ ሐሳብ ጋር መጋጨት ሊያመጣ ይችላል። ይሁን እንጂ "ጌታ ፍቅር ነው" በሚል ቸላ የምንል ከሆነ ምን ያጋጥመን ይቻላል? የምናጎድነው ነገር ይኖርን?

ጥያቄ 44. የፈቃዱን ሚስጥር ለማወቅ የጌታን ቃል በጥልቀት ማጥናት ምን ያህል ወሳኝ ነው? ትምህርት ምን ያህል አስፈላጊ ነው ትላለህ?

ጥያቄ 45. በግልህ እና በማስተማር አገልግሎት መገልገል ምን ያህል አስፈላጊ ጉዳይ ነው? የቅዱሳን ህብረት መካከል የፈቃዱን ሚስጥር ማወቅ እንዲበረታታ ትምህርት ላይ ትኩረት እንዲሰጥበት ምን ቅድመ ሁኔታዎች መደረግ አለበት? የመፅሐፍ ቅዱስ ጥናት ማቴሪያሎች በጥልቀት መዘጋጀት ፋይዳው ምን ሊሆን ይቻለካል

ጥያቄ 46. ሁሉንም ነገር በክርስቶስ ለማጠቃለል (ሁሉንም በክርስቶስ ለማጠቃለል) የሚለው የፍጻሜ ሐረግ ስለ እርቅ ዓለም ምን ያሳያል? በአመፃ ምክንያት የማይጠቀለሉ አሉ? ስነ-መለኮታዊ አስትምህሮ ምን ይነግረናል?

ጥያቄ 47. በሰማይና በምድር ያሉ ነገሮች ሁለት ጊዜ መጠቀሳቸው የአይሁድ አፖካሊፕቲክ የዓለም እይታን የሚያንጸባርቀው እንዴት ነው?

> **ኤፌሶን 1፥11** *"እንደ ፈቃዱ ምክር ሁሉን የሚሠራ እንደ እርሱ አሳብ፥ አስቀድመን የተወሰንን በክርስቶስ ደግሞ ርስትን ተቀበልን።"*

የግሪኩ ምንባብ ትኩረት፡- *ኤክሌሬቴሜን* እና *ሮስቴንቴይስ* በሚሰኙቱ በሁለት ቃላት ላይ ዐርፏል።

ጥያቄ 48. ዕርስትን ተቀበልን (*ኤክሌሬቴሜን*) የሚለው ቃል *ክሌሮው* ከሚሰኘው ቃል የተገኘ ነው። ጳውሎስ ቃሉን በተደራጊ መልኩ መጠቀሙ ያለው ዕንድምታ ምንድን ነው? ይህስ ምስል ከብሉይ ኪዳናዊው የርስት ቋንቋ ወይም አነጋገር ጋር እንዴት ይያያዛል (ለምሳሌም ኢያሱ እና ዘሌዋውያን)?

ጥያቄ 49. *አስቀድመን የተወሰንን ሮስቴንቴይስ የሚለው ቃል መደጋገሙ እንዴት ነው የእግዚአብሔርን ሉዓላዊነት የሚያጠናክረው? ይህንን ጥቅስ ከ1፥5 ጋር አመሳክሩት የትኞቹ ኢምንት ልዩነቶች ታክለውበታል?*

ጥያቄ 50. ክሌሮአን (ርስት ለማግኘት) የእስራኤልን የብሉይ ኪዳን የመሬት ውርስ ጭብጦች አሁን በክርስቶስ የመቤዠት አዲስ ኪዳን አሰራር እንደገና የተገለፁት እንዴት ባለ መልክ ነው የሚያንፀባርቀው?

ጥያቄ 51. “አስቀድሞ የተወሰንነው” ስለ መለኮታዊ ሉዓላዊነት እና ስለ ሰብዓዊ ወኪል መካከል ስነ-መለኮታዊ አስተምህሮው ምን ይነግረናል?

> **ኤፌሶን 1፥12** *“ይኸውም፥ በክርስቶስ አስቀድመን ተስፋ ያደረግን እኛ ለክብሩ ምስጋና እንሆን ዘንድ ነው።”*

ጥያቄ 52. "ይኸውም /ስለዚህ" የግሪክ (ሂና) ስለ መዳን ወንጌል ዓላማን ወይስ ውጤቱን የሚያመለክት ነው?

ጥያቄ 53. ካለፈው ሃሳብ ጋር በማያያዝ የውርስ ጭብጥን ከዚህ ቁጥር የድህንነት ዓላማ ጋር እንዴት ባለ መልክ ነው ያስተሳሰረው?

ጥያቄ 54. ለምንድነው ጳውሎስ የክብሩ አድናቂዎች እንድንሆን አጽንዖት የሰጠው - ይህ ቴሌሎጂያዊ ቋንቋ በዋነኛነት ዶክስሎጂያዊ ነው ወይስ ተልእኮ መልክ ያለው ነው?

ኤፌሶን 1፥13 *"እናንተም ደግሞ የዕውነትን ቃል፥ ይኸውም የመዳናችሁን ወንጌል፥ ሰምታችሁ ደግሞም በክርስቶስ አምናችሁ፥ በተስፋው መንፈስ በመንፈስ ቅዱስ ታተማችሁ።"*

የግሪኩ ምንባብ ትኩረት፡- አምናችሁ pisteusantes እና akousantes **ሰምታችሁ** የሚሰኙቱ ሁለቱ ቃላቶች ላይ ነው።

ጥያቄ 55፡- ይህ ቃል ወይም አሳብ በተደጋጋሚ ጥቅም ላይ ውሏል። ይህ ቃል እንዴት ያለውን ጽሑፋዊ ወይም የማሳመኛ ንግግር ውጤትን ይፈጥራል? እዚህ ሥፍራ ላይ የጳውሎስ የአጠቃቀም ዘዬ ቅዳሴያዊ አቀራረብ አለው ወይ?

የግሪኩ ትኩረት *ሶራጊቴኔይስ* *የመዳናችሁን* የሚሰኘው ቃል ነው።

ጥያቄ 56፡- ይህ *ሰራጌቴኔይስ* የሚሰኘው ተደራጊ የሆነው አሁናዊ ፋይዳ ያለው ያለፈን ጊዜ አመልካች ቃል ጉልህነቱ ምንድን ነው? ይህ ቃል ከባለቤትነት፣ ከጥበቃ እና ከሥልጣን ጋር በጥንታዊው ዓለም እንዴት ይያያዛል?

ጥያቄ 57፡- *ሰራጌቴኔይስ* የሚለው ቃል እንዴት ነው በብሉይ ኪዳን ከተሰጠው የመንፈስ ቅዱስ የተስፋ ቃል ጋር በተለይም ከኢዩኤል 2 እና ከሕዝቅኤል 36 ጋር የሚያያዘው?

የግሪኩ ምንባብ ትኩረት፡- ፒስቲዮስቴንቴስ እና አኮውሳንቴስ የሚሰኙት ቃላት ናቸው።

ጥያቄ 58፡- ሁለቱ ቃላት አሁናዊ ተጽዕኖ የሚያሳድሩ ኀላፊ ግሶች ቀጣይነትን አመልካች ... ናቸው። በጳውሎስ ነገረ መለኮታዊ መረዳት ውስጥ **መስማት** እና **ማመን** ያላቸው ቅደም ተከተላዊነት ምንን የሚገልጽ ነው?

ጥያቄ 59፡- ...... (የመዳን ወንጌል) የሚለው ሐረግ ከስንቴ አንዴ የሚገኝ ነው። እንዴት ነው ይህ ሐረግ ኢዋንጌሌዎን ከሚለው የሚለየው? የወንጌልን ባሕርይ በተመለከተ አጽንኦት የተሰጠው ነገር ምንድን ነው?

ጥያቄ 60. ቅደም ተከተል ἀκούσαντες... πιστεύσαντες... ἐσφραγίσθετε (የተሰማ፣ የታመነ፣ የታተማችሁ) በላቲን “ኦርዶ ሰሉቲስ” እንዴት ይገልፃል?

ጥያቄ 61. የ σφραγίζω (ማተም/ታተማችሁ) በጥንታዊው ዓለም ስለ ባለቤትነት እና ደህንነት ምን ያመለክታሉ?

> **ኤፌሶን 1፥14** *“እርሱም የርስታችን መያዣ ነው፥ ለእግዚአብሔር ያለውን ሁሉ እስኪዋጅ ድረስ፥ ይህም ለክብሩ ምስጋና ይሆናል።”*

የግሪኩ ምንባብ ትኩረት፡- *አራቦን* የሚለውና *ክሌዊኖሚያስ* የሚሰኙት ቃላት ናቸው።

ጥያቄ 62፡- *አራቦን* በሚለው የንግድ /ሕግ-ነክ ቃል ሲሆን ትርጓሜውም የቅድሚያ ክፍያ ማለት ነው። ጳውሎስ ይህንን ስለ መንፈስ ቅዱስ መጠቀሙ ስለ ነገረ ፍጻሜ ያለንን መረዳት እንዴት ነው መሠረት እንዲይዝ የሚያደርገው?

ጥያቄ 63፡- በቁጥር 14 ላይ የሚገኘው *ክሌዊኖሚያስ የሚለው ቃል ክሬሮሳይ ወይም ክሌሮ (ድርሻን መካፈል) ከሚለው ቁጥር 11 ላይ ካለው ቃል ጋር ያለው ግንኙነት ምንድን ነው?*

ጥያቄ 64. ዘይቤው ἀρραβών (መያዣ/ዋስትና) በ1ኛው ክፍለ ዘመን የንግድ/ህጋዊ መቼቶች ውስጥ እንዴት ይሰራል፣ በአይሁድ የብሉይ እና የሮም አገዛዝ ስርዓት ደንብ ላይ ጥናቶች ዘንድ እንዴት ይታወቃል?

ጥያቄ 65. አሁን ባለው የመንፈስ ልምድ እና ἀπολύτρωσις τῆς περιποιήσεως (የይዞታ ሙሉ ቤዛነት) መካከል ያለው ውጥረት ወይም ቀጣይነት ምንድን ነው?

ጥያቄ 66. በወንጌል አማኞች አስተምህሮ “የርስቱ መያዣ” የሚለውን በተለያየ መልክ፥ እይታዎች እና አስትምህሮ እንዴት ነው የሚገልፁት? ተቃርኖ ባይኖራቸውም ልዩነታቸውን ግለፅ።

> **ኤፌሶን 1፥15-16** *ስለዚህ እኔ ደግሞ በእናንተ ዘንድ ስለሚሆን በጌታ በኢየሱስ ስለ ማመንና ለቅዱሳን ሁሉ ስለሚሆን መውደድ ሰምቼ፥ ስለ እናንተ እያመሰገንሁ ስጸልይ ስለ እናንተ ማሳሰብን አልተውም፤*

ጥያቄ 67. ለምንድን ነው ጳውሎስ እምነትን ... እና ፍቅርን አንድ ላይ እንደ እውነተኛ የክርስትና መለያ ምልክቶች ያጎላው?

የጳውሎስ εὐχαριστῶ "የማያቋርጥ ምስጋና እና ፀሎት" በቀጥታ ካልተከለው አብያተ ክርስቲያናት ጋር ያለውን የእረኝነት ልብ ሆነ አቀራረብ እንዴት ትመለከተዋለህ?

ጥያቄ 68. የቤተክርስቲያን እረኞች ከራሳቸው ክልል ወጥተው በክርስቶስ ፍቅር ለመዘርጋት ይህ ክፍል ምን ያስተምረናል? አማኝ ጎጠኛ ፥ዘረኛ እንዳይሆን ይህ የጳውሎስ ህይወት ለዘመናችን ክርስቲያኖች እንዴት ትምህርት ሊሆነን ይቻላል?

ኤፌሶን 1፥17 *"የጥበብንና የመገለጥን መንፈስ እንዲሰጣችሁ እለምናለሁ።"*

የግሪኩ ምንባብ ትኩረት፡- *"የጥበብንና የመገለጥን መንፈስ*

ጥያቄ 69፡- የግሪኩ ጄኔቲቭ ጥበብን *ሶፊያ* እና የመገለጥን *አፖካሉፕቴስ* የሚሉዋቸው ቃላት እዚህ ሥፍራ ላይ ያላቸው ሚና ምንድን ነው ትላላችሁ? ገላጭ አፖዚሽናል ናቸው ወይስ ምንጭን አሊያም ዐይነትን አመልካች ናቸው? ይህስ መገለጥ ስለሚመጣበት ሁኔታ ምን ይናገራል?

ጥያቄ 70. ጳውሎስ የጥበብንና የመገለጥን መንፈስ ለማግኘት ያቀረበው ጸሎት ከመጀመሪያው እምነት ባለፈ መለኮታዊ ብርሃን የማግኘት አስፈላጊነትን በተመለከተ ምን ያሳያል?

ጥያቄ 71. ἐν ἐπιγνώσει αὐτοῦ (እርሱን በማወቅ) የሚለው ሐረግ በክርስቶስ ላይ ያተኮረ *ሥነ-ሥርዓተ* ትምህርት (ደቀመዝሙር) መሆን እንዴት ያሳየናል? ደቀመዝሙር ሳንሆን የጥበብ እና የመገለጥ መንፈስ አስፈላጊነቱ ምን ያህል ነው? ጌታ በህይታችን ጌታ እና አዳኝ ሳይሆን ስጦታውን መጠየቅ እንዴት ትመለከተዋለህ? የአማኝ ቅድመ ሁኔታ ምን ሊሆን ይገባል? እርሱን ማወቅ እንዴት ማዳበር ይቻላል? ቃሉን መብላት ምን ያህል ወሳኝነት አለው?

ኤፌሶን 1፥18 *"ይህም የልባችሁ ዐይኖች ሲበሩ"*

የግሪኩ ምንባብ ትኩረት፡- *ዐይኖች ሲበሩ*

ጥያቄ 72፡- *ሲበሩ (ፎቲድዞ) phōtízō* የሚለው ቃል የሩቅ ኀላፊ የሆነ ተደራጊ ግስ ነው። መለኮታዊ አብርሆትን በተመለከተ የግሱ የጊዜ አመልካችነት ምን ይጠቁማል? አንድ ጊዜ ብርሃን የበራላቸው

ሰዎች ሁልጊዜም ብርሃን የበራላቸው ይሆናሉ? ወይስ ይህ ነገር ዕያደገ የሚሄድ ነው ወይ?

ጥያቄ 73፡- ቲስ አፍታልሞስ ቴስ ካርዲያ / የሚለው ሐረግ ተምሳሌታዊ መግለጫ ነው። በግሪክወሮም አሊያም በዕብራውያን ዕሳቤ ውስጥ ተመሳሳይ የሆኑ ውስጠ ወይራዊነት ያላቸው መግጫዎች ይኖራሉ ወይ?

ጥያቄ 74. πεφωτισμενους τοὺς ὀφθαλμοὺς τῆς καρδίας (የልባችሁ አይኖች የበራላቸው) ስለ ውስጣዊ ፍላጎት እና መለወጥ ምን ያመለክታሉ?

ኤፌሶን 1፥19 *"በቅዱሳንም ዘንድ ያለው የርስት ክብር ባለ ጠግነት ምን እንዲሆን ለምናምን ከሁሉ የሚበልጥ የኃይሉ ታላቅነት"* ***(የኃይሉ ታላቅነት ምንነት ከመታወቅ የሚያልፍ መሆኑ)***

የግሪኩ ምንባብ ትኩረት፡- *τὸ ὑπερβάλλον μέγεθος τῆς δυνάμεως*

ጥያቄ 75፡- *ከሁሉ የሚበልጥ (ሁፔርባሎ) hyperbállō* የሚለው ጥቅም ላይ በመዋሉ ምክንያት የተሰጠው ነገረ መለኮታዊ አጽንኦት ምንድን ነው? (ይህ ቃል ዐልፎ መሄድ ወይም የሚልቅ

የሚሉ ትርጓሜዎች ያሉት ነው) ይህ የቃላት ቡድን ጳውሎስ በጭብጥነት ከያዘው መለኮታዊ ብርታት እና የሰው ድካም ከሚሉት ጋር እንዴት ይጎዳኛል (ከ2ኛ ቆሮንቶስ 12፥9 ጋር አመሳክሩት)?

ጥያቄ 76፡- ከቍጥር 19-20 ባለው ላይ የሚገኙትን ልዩ ልዩ የሆኑ የኃይል መግለጫ ቃላትን መርምሩ።

* ዱናሚስ * ኤኔርጊያ * ክራቶስ * ኢስኩስ

ለምንድን ነው ጳውሎስ እነዚህን ተመሳሳይነት ያላቸውን ቃላት ጥቅም ላይ ያዋለው? የትንሣኤውን ኃይልስ በተመለከተ አጽንኦት ሊሰጠው የፈለገው ነገር ምንድን ነው? ትንታኔ ስጡበት

ጥያቄ 77. የትንሳኤ-ከፍታ ትስስር (የተነሳ እና የተቀመጠው) የክርስቶስን ኦንቶሎጂን እንዴት ይቀርጻል?በክርስቶስ ሥነ-መለኮት ውስጥ፣ ተፈጥሮውን እና ማንነቱን ማጥናትን ምን ያህል አስፈላጊ ነው? በተለይም በመለኮታዊነቱ እና በሰው ተፈጥሮ መካከል ባለው ግንኙነት ማስተዋል ለእኛ ያለው ፋይዳ ምንድን ነው? የአብርሐም ዘር ፥ የዳዊት ግንድ ነኝ ፥ የሰው ልጅ (ስብዕናው) እና እኔ ነኝ የሚለው መለኮትነቱ በሚገባ ማጥናት ለመንፈሳዊ ጉዞአችን በምን መልክ ይጠቅማል?

ኤፌሶን 1፥22 *"ሁሉን ከዕግሩ በታች ያስገዛል"*

የግሪኩ ምንባብ ትኩረት፡- *ያስገዛል*

ጥያቄ 78፡- ይህ ከመዝሙር 8፥6 የተወሰደ ጠቅስ ነው። የክርስቶስን ሰማያዊ ገዥነት ለማጽናት እንዴት ነው ውሎስ የዚህን ምንባብ የሰብዓሊቃናት ቅጅ የተጠቀመው? ግሪክኛ ተናጋሪ የሆኑ ከአይሁድ ወገን የሆኑ አንባቢዎቹ ይህንን እንዴት ይረዱታል?

ኤፌሶን 1፥23 *"እርስዋ አካሉና ሁሉን በሁሉ የሚሞላ የእርሱ ሙላቱ ናት"*

የግሪኩ ምንባብ ትኩረት፡- ፡ *የእርሱ ሙላቱ ናት*

ጥያቄ 79፡- በዚህ ዐውድ *ፕሌሮማ* ማለት ምን ማለት ነው? በክርስቶስ የምትሞላዋ ቤተ ክርስቲያን ናት ወይስ ቤተ ክርስቲያን ናት እርሱን የምትሞላው? ይህንን ወሰብሰብ ያለ ሐረግ ለመተርጐም በዚህ ረገድ የሚሰጡ ነገረ መለኮታዊ አማራጮችን መርምሩ።

ኤፌሶን ምዕራፍ 2

ኤፌሶን 2፥1 *"በበደላችሁና በኃጢአታችሁ ሙታን ነበራችሁ"*

የግሪኩ ምንባብ ትኩረት፡- : *νεκροὺς* (nekrous), *παραπτώμασιν* (paraptōmasin), *ἁμαρτίαις* (hamartiais)

ጥያቄ 80፡- የብዙ ቁጥር የሆነው *ፓራፕቶማታ* በደል (ፓራፕቶማ) paráptōma / par-ap'-to-mah እና *ሐማርቲያ* ኃጥያት (ሃማርቲያ) hamartía /ham-ar-tee'-ah በአንድነት ጥቅም ላይ የመዋላቸው ጉልህነቱ ምንድን ነው? እነዚህ ቃላት የተለያዩ ዐይነት ኃጢአቶችን የሚያሳዩ ናቸው ወይስ አጠቃላዩን ሥዕል የሚያሳዩ ናቸው?

ጥያቄ 81፡- *ኔክሩስ* የሰው ልጅን መንፈሳዊ ሁኔታ የሚገልጽ ተንባይ የሆነ ገላጭ ነው። ሙት መሆን የሚለው አሳብ በነገረ ድነት ላይ የሰው ችሎታን በተመለከተ የጳውሎስን አሳብ እንዴት ነው መልክ እንዲኖረው ያደረገው?

ጥያቄ 82፡- n ይሁዲነት፣ ኃጢአት (ዕብራይስጥ፡ chet፣ ትርጉሙ "ምልክቱን /ዒማውን መሳት ወይም ማጣት" ወይም "ከመንገዱ መራቅ") ከሰው ልጆች ውስጥ የመነጨ እና ትክክልና ስህተት የሆነውን የመምረጥ ነፃ ምርጫ እንደሆነ ይገነዘባሉ። በብሉይ ካለው ትምህርት እና ከአይሁዶች ወጋዊ ትምህርት ጋር ልዩነቱ ምንድን ነው?

ጥያቄ 83፡- ይህ ከጳውሎስ አስትምህሮ ጋር በምን መሰረታዊ ነገር ላይ ልዩነት አለው? ምንም ኦሪጅናል ኃጢአት የለም ብለው ሲረዱ የሰው ፈቃድ እና ሰው ሲወልድ ሰዎች ወደ አለም የሚገቡት ንፁህ እና ደጉንና ክፉን የመምረጥ አቅም አላቸው ይላሉ። የሰው ዝንባሌ መፅሐፍ ቅዱስ ምን በማለት ያቅረባል? ሮሜ 8፡5-8 በማጣቀስ ዘርዝር ሃሳብ አቅርብ?

ጥያቄ 84፡- በወንጌል አማኞች የክርስትና አስተምህሮ ፣ ኃጢአትን እንደ ዲያብሎስ ባለው የውጭ ኃይል ተጽዕኖ ምክንያት የመጣ ነው ብለን እናምናለን። ይህ ግን አዳም ሚስቱን የከሰሰበት እርሷም በዲያብሎስ ያሳበበችው ጋር እንዴት ትመለከተዋለህ?

ጥያቄ 85፡- ዘዳ 28 ላይ በፊትህ ህይወትን እና መርገምን አለ ሰው ውይ መልካሙን ምረጥ ከሚለው የብሉይ ትምህርት ጋር ሚዛናዊነቱን የጠበቀ የክርስትና አስተምህሮ ጋር የጳውሎስ በኤፌሶን ትምህርት አስተያይተህ ተወያይ።

ጥያቄ 86፡- ክርስቲያን በስጋ ሲመላለስ ሊሞቱ እንደሚችሉ በሮሜ 8፡13 ላይ ይገለታል። ይህኛው ሞት ተማሳሳይነት አለው ወይስ ልዩነቱን አስራዳ?

> **ኤፌሶን 2፥2** *"በማይታዘዙትም ልጆች ላይ አሁን ለሚሠራው መንፈስ አለቃ እንደ ሆነው በአየር ላይ ሥልጣን እንዳለው አለቃ ፈቃድ፥ በፊት ተመላለሳችሁባቸው።"*

የግሪኩ ምንባብ ትኩረት፡- ሙታን (ኔክሮስ) nekrós / nek-ros' *ኔክሩዝ ባለመታዘዝ የሞቱ ልጆች ቁ.1* መሰረት *በማድረግ*እና *ፔራፔታስቴ* ተመላለሳችሁባቸው (ፐሪፓቴኦ) peripatéō /per-ee-pat-eh'-o በሚሰኙት ቃላት ላይ ያረፈ ነው።

ጥያቄ 87፡- በዚህ የቅርብ ኀላፊ በሆነና ዛሬም ላይ ተጽዕኖውን በሚያሳድረው *ፔራፔታስቴ በሚለው ቃል መደበኛነት ያለው ሕይወትን በተመለከተ የሚኖረው ዕንድምታ*

ምንድን ነው? ጳውሎስ በእርግጥም እዚህ ላይ ወሳኝነት ያለውን ልዩነት እያመለከተ ነበር ወይ?

ጥያቄ 88፡- *"αἰῶνα τοῦ κόσμου τούτου"* **ዓለም (ኮስሞስ) kósmos / kos'-mos የዚህ ዓለም ዘመን የሚለው የተጨናነቀ ሐረግ ነው።** ይህንን ዘመን ወይም ሊመጣ ያለው ዘመን የሚሰኘውን የአይሁድ መገለጣዊ ዕሳቤ እንዴት ያንጸባርቃል?

ጥያቄ 89፡- *"ἄρχων τῆς ἐξουσίας τοῦ ἀέρος"* መንፈስ አለቃ ፈቃድ የሚለው ሰይጣንን ያመለክታል፤ ነገር ግን ይህ በግሪክወሮም ወይም በአይሁድ የነገረ ዓለም መረዳት ውስጥ ባህላዊ ወይም መንፈሳዊ የሆነ የአየር ጉልህነቱ ምንድን ነው?

ጥያቄ 90፡- የጳውሎስ ሐረግ ἐν ταῖς ἐπιθυμίαις τῆς σαρκὸς ἡμῶν (በሥጋችን ፍላጎት) ስለ ኃጢአት የሰው ልጅ ምርመራ ጥልቅ የሚያደርገው እንዴት ነው? የጳውሎስ መገለጥ ለአማኝ ሁሉ እንዲያውቁት የተሰጠ ይመስልሃል? መንፈሳዊ ሰው ሁሉን ይመረምራል የሚለው 1ኛ ቆሮ 2፡15 ካለው ጋር በማስተያየት ስጋውያን ክርሰቲያኖች እና ፍጥረታዊ ክርስቲያኖች ለይተህ አስረዳ?

ጥያቄ 91፡- τέκνα φύσει ὀργῆς (በተፈጥሮ የቁጣ ልጆች) ስለ አማኝ በተፈጥሮው አዲስ ፍጥረት ሆኖ በክርስቶስ ካገኘው ወራሽነት (ኤፌ 1፡3-14) በእግዚአብሔር ፊት ከውርስ በመጉደል፥ በደለኛ እና ጥፋተኝነት በመረጋገጡ ስለ ሞራላዊ ህልውናው ምን ያመለክታሉ? ይህ የበለጠ ፎረንሲክ ነው ወይስ ነባራዊ የሰው ውስጣዊ ችግር ነው? ሰው ፊትን የውጭ ተግባር ያያል እግዚአብሔር ግን ልብን ያያል ከሚው መፅሐፍ ቅዱሳዊ መሰረታዊ ትምህርት ጋር እንዴት ትመለከተዋለህ?

> 🕮 **ኤፌሶን 2፥3** *"እኛ ሁላችን ደግሞ፥ የሥጋችንንና የልቡናችንን ፈቃድ እያደረግን፥ በሥጋችን ምኞት በፊት እንኖር ነበርን"*

የግሪኩ ምንባብ ትኩረት፡- *ἀνεστραφήμεθα* (anestraphēmen), *ἐπιθυμίαις* (epithymiais), *φύσει τέκνα ὀργῆς* *ምኞት (ኤፒቱሚያ) epithymía / ep-ee-thoo-mee'-ah*

ጥያቄ 92፡- *አንስትራፌመን* /ኖርን/ በፊት እንኖር ነበርን/ በዚህ መልኩ እንመላለስ ነበር የሚለው ቃል የተለመደ የሆነ የሕይወት ዘይቤ ከተገለሉ ተግባራት ጋር በተቃርኖ ስለሚቆምበት ሁኔታ ምን ይጠቁማል /ያመለክታል?

ጥያቄ 93፡- *ἐπιθυμίαις τῆς σαρκὸς* የሥጋ ምኞት / የሥጋ ፍላጎት ይህ ሐረግ እንዴት ከጳውሎስ ሰፋ ያለ ሥነ ሰባዊ መረዳት ጋር ይያያዛል? (ይህም ሥጋ ከመንፈስ ጋር በመቃረን የሚቆምበት ነው)

ጥያቄ 94፡- : *φύσει τέκνα ὀργῆς* ("በፍጥረታችን ከፍጥረታችን (ፉሲስ) phýsis / foo'-sis የቍጣ ቁጣ (ኦርጌ)orgé /or-gay ልጆች ነበርን") - ጳውሎስ ፋውሴይ የሚለውን ቃል ከተጠቀመበት አግባብ የቱ ነገረ መለኮታዊ መደምደሚያ ላይ መድረስ ይቻላል?

ጥያቄ 95፡- ጌታን እንደ አዳኛችን ስንቀበል ያዕ 1፡18 ፍጥረት ዓይነት / ወለደን / የበኵራት ዓይነት የሚለው (aparchēn) = "በኩር" τινα (ቲና) = "አንድ የተወሰነ የናሙና ዓይነት",

> **ኤፌሶን 2፥4-5** *ነገር ግን እግዚአብሔር በምሕረቱ ባለ ጠጋ ስለ ሆነ፥ ከወደደን ከትልቅ ፍቅሩ የተነሣ በበደላችን ሙታን እንኳ በሆንን ጊዜ ከክርስቶስ ጋር ሕይወት ሰጠን፥ በጸጋ ድናችኋልና፥"*

የግሪኩ ምንባብ ትኩረት፡- የሲኖይዞፎይሴን ከክርስቶስ ጋር ሕይወት ሰጠን፣ ቻሪቲ ፀጋ፣ ሴሶስሜኖይ አዳነን /ድናችኋልና በሚሰኙት ቃላት ላይ ያረፈ ነው።

ጥያቄ 96፡- ድብልቅ የሆነው የሲኖይዞፎይሴን /በአንድነት ሕያዋን ተደረግን/ የሚለው ቃል አዎንተታዊ ተጽዕኖ ምንድን ነው? ከክርስቶስ ጋር የሚኖርን አንድነት በተመለከተ ይህ ቃል የሚያመለክተው ነገር ምንድን ነው?

ጥያቄ 97፡- *χάριτί ἐστε σεσῳσμένοι* (በጸጋው ድናችኋል) የሚለው የሩቅ ኀላፊ የሆነ የድርጊት ቀጣይነትን አመልካች ግስን ተጠቅሟል። የጊዜ አመልካቹ ድምፀት ጥምረት ስለ ድነት ዘላቂነት እና የመጀመሪያነት የሚጠቁመው ነገር ምንድን ነው?

ጥያቄ 98፡- δὲ ὁ θεὸς (ነገር ግን እግዚአብሔር) ወሳኝ ሥነ-መለኮታዊ መዞርን የሚያሳየው እንዴት ነው? የሰው የተፈጥሮ ሁኔታ ውድቀት ላይ ያልተመሰረተ የእግዚአብሔር እርምጃ ከአባትነቱ እና ከፍትሃዊነቱ የመለኮት ባህሪው ምን ሥነ-መለኮታዊ አስተምህሮ ትረዳለህ?

ጥያቄ 99፡- πλούσιος ὢν ἐν ἐλέει (በምህረቱ ባለ ጠጋ መሆን) በብሉይ የእግዚአብሄርን ጽናት ከሚታዩ የቃል ኪዳን መግለጫዎች አንፃር ምን ዓይነት ሥነ-መለኮታዊ ክብደት አለው? የፍቅር እና የምህረት ኪዳን ላይ ብሉይ ኪዳን በጳውሎስ የመገለጥ መነፅር ሲያጠነክረው ወይስ ልዩነት አለው? የመቅደስ ስርዓት በህጉ ዘንድ የነበረው ምህረት እና ፍትህ ከአዲስ ኪዳን ምህረት መገለጫ ጋር አወዳድር።

ጥያቄ 100፡- συνεζωοποίησεν τῷ Χριστῷ (ከክርስቶስ ጋር ሕያዋን እንድንሆን አድርጎናል) እና በክርስቶስ ትንሣኤ መካከል ያለው ሥነ-መለኮታዊ ግንኙነት ምንድን ነው? ፎረንሲክ፣ ሚስጥራዊ (በትንሳኤው ሐይል) ነው ወይስ ሥነ ምግባራዊ?

ጥያቄ 101፡- አዲስ ፍጥረት በመሆን ሕያዋን ነን ማለት ምን ማለት ነው? የክርስቶስን ህይወት መካፈል እና በልጁ ውስጥ መሰወር በጳውሎስ መገለጥ ምን ታስተውላለህ? በክርስቶስ ህያዋን የሆኑ በሐጢያት እና በበደል ሲገኙ ወደ ቀደመው የሞት እርከን ሊመለሱ ይችላሉ? ተውያይ።

> **ኤፌሶን 2፥6-7** *በሚመጡ ዘመናትም በክርስቶስ ኢየሱስ ለእኛ ባለው ቸርነት ከሁሉ የሚበልጠውን የጸጋውን ባለ ጠግነት ያሳይ ዘንድ፥ ከእርሱ ጋር አስነሣን በክርስቶስ ኢየሱስም በሰማያዊ ስፍራ ከእርሱ ጋር አስቀመጠን"*

የግሪኩ ምንባብ ትኩረት፡- *ሲነገርጌይን* እና *ሲነካታርሴይን* በሚሰኙቱ ቃላት ላይ ያረፈ ነው።

ጥያቄ 102፡- እነዚህ ጣምራ ወይም ድብልቅ ቃላት ሱን ("በአንድነት" ከሚለው ጋር ከክርስቶስ ጋር የሚኖር የጋራ ማንነት

አጽንኦት ይሰጡታል። ከትንሣኤው እና በንግሥና ዙፋን ከመቀመጥ ኋላፊ ጊዜ ጋር እንዴት ነው የሚዛመዱት?

ጥያቄ 104፡- እነዚህ ግሶች ከነገረ ፍጻሜ አንጻርስ ሆነ ከአማኞች አሁናዊ መንፈሳዊ ሕይወት ጋር እንዴት ነው የምንረዳቸው?

ጥያቄ 105፡- በሰማያት ከፍ ከፍ ማለት በክርስቶስ መቀመጥ ምን አንድምታ አስገኘ? ይህ የተመረቀውን የፍጻሜ ዘመን እና የክርስትናን ማንነት የሚተሳሰረው እንዴት ነው?

ጥያቄ 106፡- ሰማያዊ ስፍራ ከክርስቶስ ጋር ተቀምጠናል (በሕይወት መንገስ ሮሜ 5፡17፡21 1ኛ ጴጥ 2፡9) በአይሁዶች የብሉይ መፅሐፍ የነበራቸው መረዳት ምን ያህል ነበር? አይሁዳውያን መምህራኑ (ራባይ) የመረዳታቸው ጥግ ምን ይመስል ነበር? ይህ የጋራ ዙፋን (ከፀጋ የተነሳ አብሮ በተነስቶ በዙፋን መቀመጥ) በሮማን ኢምፔሪያል የይገባኛል ጥያቄዎች አውድ ውስጥ በፖለቲካዊ መልኩ ምን ማለት ነው?

ጥያቄ 107፡- ፀጋ እና ምህረት በክርስቶስ እንደሚገለጥ በብሉይ መፅሐፍት በብዛት የተነገረው የት ነው? ይህን ትምህርት ለመጀመሪያ ግዜ የተናገረው ነብይስ ማን ነበር? በፈሪሳውያን ወጋዊ አስተምህሮ ፀጋ እና ምህረት የተመሰረተ መዳን እንዴት ይረዱታል?

ጥያቄ 108፡- "ὑπερβάλλον πλοῦτος τῆς χάριτος" ከሁሉ የሚበልጠውን የጸጋውን ባለ ጠግነት " የሚለው የግሪክ ሀረግ በዚህ ዐውደ-ጽሑፍ፣ በክርስቶስ ኢየሱስ ላመኑት ባለው ቸርነት የገለጠውን የእግዚአብሔር ጸጋ የተትረፈረፈ እና የላቀ መሆኑ በጳውሎስ ሥነ መለኮት ውስጥ መለኮታዊ ልግስና በጭብጥ ማረጋገጥ ላይ ምን ይጨምራል?

ጥያቄ 109፡- አማኝ ክርስቲያን ይህን በመረዳት በጌታ ቸርነት የተገኘውን ባለጠግነት (ሕይወት) በእምነት በኩል የሚለማመደው እንዴት ነው? ብዙ ክርስቲያኖች ከጌታ ጋር ጤናማ ህብረት ለማድረግ ብዙ ይጣጣራሉ ይሁን እንጂ በልግስናው በተሰጠው መዳን ላይ መደገፍ ልምን ያቅተናል? በምፈሰዊ ነገርን መልመድ እና በፀጋ ድኖ በእምነት በኩል የመዳንን ፀጋ በመቀበል መመላለስ መካካል ያለው ልዩነት አስረዳ።

ኤፌሶን 2፥8 9 *"ጸጋው በእምነት አድኖአችኋል ይህም የእግዚአብሔር ስጦታ ነው እንጂ ከእናንተ አይደለም። ማንም እንዳይመካ ከሥራ አይደለም፤"*

የግሪኩ ምንባብ ትኩረት፡- *χάριτί ἐστε σεσῳσμένοι διὰ πίστεως, καὶ τοῦτο ούκ ἐξ ὑμῶν ጸጋው በእምነት አድኖአችኋልና፣ ይህም ከእናንተ አይደለምና።*

ጥያቄ 110፡- ቱቶ (ይህም) የሚለው ቃል ሰዋሰዋዊ አንቲሲደንት ምንድን ነው? ይህ የሚለው ቃል የሚያመለክተው ድነትን ነው? ወይስ ጸጋን? እምነትን አሊያስ መላውን ሐረጉን የሚመለከት ነው? አንዳንዶች ፀጋ ላይ ሌሎችም እምነት ላይ ትኩረት መስጠታቸው ሙሉ መዳናችን ትግባር ላይ ትኩረት መስጠት ምን ያህል ውጤቱን ለጌታ ክብር ይውላል?

ጥያቄ 111፡- ከእናንተ አይደለም *τοῦτο οὐκ ἐξ ὑμῶν* እናከሥራ አይደለም *οὐκ ἐξ ἔργων* ጥቅም ላይ የዋለበት ሁኔታ የጳውሎስን ድነት በጸጋ እንጂ፣ በሰው ጥረት አይገኝም የሚለውን አስተምህሮ እንዴት አድርጎ ያጠናክረዋል?

ጥያቄ 112፡- በ χάριτι... πίστεως (በጸጋ... በእምነት) መካከል ያለው ሥነ-መለኮታዊ መስተጋብር ምንድን ነው፣ እና ይህ ጥቅስ የፕሮቴስታንት፥ የኦርቶዶክስ እና የካቶሊክ የሶትሪዮሎጂ ክርክሮችን እንዴት ተረዳለህ? እያንዳንዱ አማኝ ይህን ማወቁ የወንጌል ሐይል ለህብረተሰቡ ለማድረስ

ጥያቄ 113፡- እንዴት ነው οὐκ ἐξ ἔργων (ከስራ ሳይሆን) በይበልጥም ከሁለተኛው የሰለሞን ቤተመቅደስ ጋር ጌታ በመጀመሪያው ክፍለ ዘመን ከሚኖሩ አይሁዶች ስለ ብሉይ መፅሐፍ ያላቸው መረዳት ከአዲስ ኪዳናዊ ፀጋ አስተምህሮ ጋር ያላቸውን ግንዛቤ እንዴት ይመሳከራል?

ኤፌሶን 2፥10 *"መልካሙን ሥራ ለማድረግ በክርስቶስ ኢየሱስ ተፈጠርን።"*

የግሪኩ ምንባብ ትኩረት፡- *ፖርማ* workmanship የፍጥረቱ ስራ ፡- በግሪክ *ፖዬማ* poíēma / poy'-ay-mah እና ተፈጠረ፡- በግሪክ ክቲዞ ktízō / ktid'-zo *ክቲስቴንቴስ* በሚሰኙት ቃላት ላይ ያረፈ ነው።

ጥያቄ 114፡- *ፖርማ* በአዲስ ኪዳን ውስጥ ጥቅም ላይ የዋለበት ሁኔታ ኢምንት ነው (ከሮሜ 1፥20 ጋር አመሳክሩ)። ይህ ቃል ፈጣሪያዊ ስለሆነው የእግዚአብሔር ተነሣሽነትና ውስጣዊ ፍላጎት የቱን ዕንድምታ ይሰጣል?

ጥያቄ 115፡- *κτισθέντες ἐν Χριστῷ Ἰησοῦ* በክርስቶስ ኢየሱስ የተሰራ ይህ የአማኞች ስለሆነው የአዲስ ፍጥረትነት ማንነት ምን ይነግረናል? ጳውሎስ ይህንን በሌላ *ሥፍራ* *ክቲስሴስ* ተፈጠን የሚለውን ከተጠቀመበት ጋር እንዴት ይዛመዳል?

ጥያቄ 116፡- *ἔργοις ἀγαθοῖς οἷς προητοίμασεν ὁ Θεὸς* እግዚአብሔር አስቀድሞ ያዘጋጀው መልካም *ሥራ* ሲል እግዚአብሔር ስለ እነዚህ መልካም *ሥራዎች* ያለውን ዝጅግት በማስመልከት የሚሰጠን ዕንድምታ ምንድን ነው? ይህም

የትኩረት አቅጣጫዋን የራስ የሆነ በጎ ነገር ከማድረግ እንዴት ነው ወደ ተሳታፊነት የለወጠው?

ጥያቄ 117፡- የጳውሎስ አማኞችን እንደ የእግዚአብሔር የትንሳኤው ሐይል አሠራር የሚለው ጽንሰ ሐሳብ እና የአይሁድን የፍጥረት ሥነ-መለኮት " ግሩምና ድንቅ ሆኜ ተፈጥሬአለሁና አመሰግንሃለሁ፤ ሥራህ ድንቅ ነው፥ ነፍሴም እጅግ ታውቀዋለች "የሚያንጸባርቀው እንዴት ነው? (መዝሙር 139፡14)

ጥያቄ 118፡- መልካም ሥራን በተመለከተ የ προητοίμασεν (በቅድሚያ የተዘጋጀ) ኃይል ምንድን ነው - ይህ መለኮታዊ ውሳኔ ነው ወይስ የሞራል ጥሪ? በመለኮታዊ ውሳኔ ውስጥ ክርስቲያን በህብረተሰብ ውስጥ ሲኖር የሞራል እና ስነ ምግባር ሃላፊነቱን እንዴት ይወጣል? ፅድቃችን ከፈረሳውያን መብለጥ ማለት ከዚህ ጥቅስ ጋር እንዴት ታየዋለህ?

ጥያቄ 119፡- ቤተክርስቲያን መልካም ስራዋ ለማያምኑት በግ ብሎ መብራቱን የምንፈትሽበት መንገድ እና መስፈርቱ ምንድን ነው? መልካም ስራ ለአማኝ የጋን ቃል መናግር ጋር እና ሌላውን ለማነፅ የሚሆኑ ስራዎች ጋር እንዴት ትረዳዋለህ? ዕብ 10፡24 አስተያይ

ኤፌሶን 2፥11 *ስለዚህ እናንተ አስቀድሞ በሥጋ አሕዛብ የነበራችሁ፥ በሥጋ በእጅ የተገረዙ በተባሉት ያልተገረዙ የተባላችሁ፥ ይህን አስቡ፤*

ጥያቄ 120፡- ἀκροβυστία (ያልተገረዘ) እና ὑμεῖς ποτὲ τὰ ἔθνη ἐν σαρκί (አንድ ጊዜ በሥጋ አሕዛብ የነበራችሁ) የሚለው አነጋገር በመጀመሪያው ክፍለ ዘመን እና በሮም ግዛት በህገ መንግስቱ የነበረው ጠቀሜት እንዲሁም ለአይሁዶች የብሔረሰብ ኩራት ምልክት እንዴት ይሠራ ነበር? ሮማውያን መገረዘን እንዴት ይመለከቱት ነበር? አህዘቦች እንደ ቲቶ የመሰሰሉት መገረዛቸው በመቅደስ ስርዓት መገረዝ እና በፖለቲካው ያመጠው ወዝግብ ከዚህ ጥቅስ ጥናት ጋር እንዴት ተመለከተዋለህ? (ገላትያ 5:3) ከቤተክርስቲያን ታሪክ ጋር በማመሳከር ተወያይ።

ኤፌሶን 2፥12 *በዚያ ዘመን ከእስራኤል መንግሥት ርቃችሁ ለተስፋውም ቃል ኪዳን እንግዶች ሆናችሁ በዚህም ዓለም ተስፋን አጥታችሁ ከእግዚአብሔርም ተለይታችሁ ያለ ክርስቶስ ነበራችሁ።*

ጥያቄ 121፡- "ከእስራኤል የጋራ መንግሥት የተገለለ" በጥሬው፡- "ከእስራኤል ፖለቲ ካ/ ዜግነት / የጋራ ሃገር የራቁማለት ነው? በዘመኑ πολιτεία (ፖሊቲያ / ("ከተማ-ግዛት")፣ ከ"የዜጎች መብት" እስከ "የመንግስት ቅርጽ" ድረስ የተለያዩ ትርጉሞች

አሉት። ወሳኝ የፖለቲካ ቃልም ነው።በግሪክ እና በሮማውያን አለም በ1ኛው ክፍለ ዘመን አውድ ምን ማለት ነው?

ጥያቄ 122፡- በአይሁድ ዘንድ "የእስራኤል ማኅበረሰብ" የሚያመለክተው በእግዚአብሔር የቃል ኪዳን ሕግ የሚመራውን የተደራጁ ማኅበረሰብ ነው - ያሉትን ሰዎች፡- በቶራ (ግርዛት, የአመጋገብ ህጎች, በዓላት) ስር የተለየ ብሔራዊ ማንነት. እና መብት ምን እናስተውላለን?

ጥያቄ 123፡- በእስራኤል ቃል ኪዳን ላይ በተመሰረተው "ብሔራዊ ተስፋዎች" ምንም ድርሻ የላችሁም ነበር ሲል ከሮም ህገመንግስቱ መብታቸውን በነበሩበት ዘመን እንዴት ይተገበር ነበር?

ጥያቄ 124፡- አህዛቦች እና ያልተገረዙት ምንም እንኳ በሮም ቅኝ ቢገኙም የተወሰነ ጥቅም ነበራቸው። እስራኤል አገዛዝ ጋር የተቆራኙትን የተስፋ ወራሾች አልነበሩም - መሬት, ጥበቃ, የመሲሕ መንግሥት. እነዚህም በብሔራዊ-ኪዳን ማዕቀፍ እንደሚመጡ የተረዱ ናቸው። የአይሁድ አለቆች ከመንግስት ጋር በዚህ መልክ በመሆናቸው ያገኙትን ጥቅም ለመልካም ስራ የተጠቀሙበት ይመስልሃል? ክርስቶስን ሮማውያንን አስገድደው እንዲሰቀል ማድረጋቸው ምን ያስተምርሃል? ጳውሎስ ለመንፈሳዊ እድገት ይህን ላማስተማር እንዴት ተጠቀመበት?

ጥያቄ 125፡- ጳውሎስ ከዚህ በሻገር በመንፈስ መገረዝ ያስገኘውን ጉልህ እና የላቀ ጠቀሜታ ለመግለፅ እንዴት ተጠቀመበት? የዜግነት መብቱን ጳውሎስ "ሮማዊ ነኝ" ብሎ ከመገረፍ የዳነበትን ስትመለከት እንዴት ክርስቲያን በውጮ ሊመላለስ ይገባል?

📖 **ኤፌሶን 2፥13** *"አሁን ግን እናንተ በፊት ርቃችሁ የነበራችሁ በክርስቶስ ኢየሱስ ሆናችሁ በክርስቶስ ደም ቀርባችኋል"*

የግሪኩ ምንባብ ትኩረት፡- *νυνὶ δὲ ἐν Χριστῷ Ἰησοῦ, ἐγγὺς ἐγενήθητε, ἐν τῷ αἵματι*

ጥያቄ 126፡- ኑኒ (አሁን) የሚለው ተውሳከ ግስ ጊዜያዊነትን አመልካች ብቻ ሳይሆን፣ ነገረ መለኮታዊ ተግባርን የሚይዝ ነው። ጳውሎስ በዚህ አንቀጽ ውስጥ አሁን እና ቀድሞ የሚሉትን እንዴት ነው ያቃረናቸው? ደግሞስ ይህ እንዴት ነው በግሪኩ አንቀጽ የተሰጠው?

ጥያቄ 127፡- *ἐγγὺς ἐγενήθητε* (እንድትቀርቡ ተደርጋችኋል) የሚለው ተደራጊ ግስን ያመለክታል። እዚህ ሥፍራ ላይ ተጠቃሽ የሆነው ወኪል ማን ነው? እንዲሁም ያ ነገር ጸጋን በተመለከተ የውሎስን መልእክት እንዴት ያጠናክረዋል?

ጥያቄ 128፡- በጳውሎስ የነገረ ድነተ አስተምህሮ ውስጥ *ἐν τῷ αἵματι τοῦ Χριστοῦ* በክርስቶስ ደም ውስጥ የሚለው ሐረግ ጉልህነቱ ምንድን ነው? ይህ የመሣሪያዊነት ሚና ያለው ግንኙነትን አመልካች መቤዠታዊ የማስታረቅ ሥራን እንዴት ጥልቀት ያለው እንዲሆን ያደርገዋል?

📖 **ኤፌሶን 2፥14-15** *"እርሱ ሰላማችን ነውና፤ ሁለቱን ያዋሐደ በአዋጅ የተነገሩትንም የትእዛዛትን ሕግ ሽሮ በመካከል ያለውን የጥል ግድግዳን በሥጋው ያፈረሰ፤ ይህም ከሁለታቸው አንድን አዲስን ሰው በራሱ ይፈጥር ዘንድ ሰላምንም ያደርግ ዘንድ፥*

የግሪኩ ምንባብ ትኩረት፡- ሉሳስ ነውና በሚለው ቃል ላይ ያረፈ ነው።

ጥያቄ 129፡- ጳውሎስ ክርስቶስን እንደ ἡ εἰρήνη ἡμῶν (ሰላማችን) ብሎ መግለጹ በግሪኮ-ሮማን የፖለቲካ ንግግር ውስጥ የተለመደውን የሰላም ቋንቋ የሚበልጠው እንዴት ነው?

ጥያቄ 130፡- "*τὸ μεσότοιχον τοῦ φραγμοῦ* የሚለው ብርቱ ተምሳሌታዊ መግለጫ ነው (ትርጓሜውም የጥል ግድግዳ የሚል ነው)። እዚህ ሥፍራ ላይ ጳውሎስ እየጠቀሰው ያለው የቱን ታሪካዊ ወይም ቤተ መቅደሳዊ ሥዕላዊ መግለጫ ነው?

ጥያቄ 130፡- *ሉሳስ* (ያፈራረሰ /ተቀዳደደ) የሚለው ቃል ከክርስቶስ የማስታረቅ *ሥራ ጋር* ሰዋሰዋዊ ወይም ነገረ መለኮታዊ በሆነ መልኩ እንዴት ይዛመዳል?

ጥያቄ 131፡- *νόμον ἐντολῶν ἐν δόγμασιν* ("በሥርዓቶች ውስጥ የሚገኙ የሕጉ ትእዛዛት") ይህ ሐረግ እንዴት ጳውሎስ እንዴት የሙሴ ሕግ በሙላት ተሽሯል ወይ በሚለው ክርክር ብርሃንነት እንዴት ሊተረጐም ይገባዋል?

ጥያቄ 132፡- *αὐτὸς γάρ ኣውቶስ ጋር* የሚለው (ማለትም በእርግጥም እርሱ ራሱ) የሚለው ለአጽንኦት የሚሆን ሰዋሰዋዊ አገባብ ነው ይህ ነገር *ርሄቶሪካዊም* ሆነ ነገረ መለኮታዊ በሆነ መልኩ ምን ዐይነቱን ውጤት ያስከትላል?

ጥያቄ 133፡- *ኤርጌኔ /ሰላም* የሚለው ቃል እዚህ *ሥፍራ ሥነ* ልቡናዊነት ያለው ብቻ አይደለም፤ *ነገር ግን ግንኙነታዊ* እና የ*ጋራ* የሆነ *ነገር* ነው። *ኤ ኤርጌኦ* የሚለው የ*ግሪኩ* አርቲክል ትርጓሜው ላይ ተጽዕኖ እንዴት ያሳድራል? የተለየ ዐይነቱን ሰላምስ ያመለክታል ወይ?

ይህም ከሁለታቸው አንድን አዲስን ሰው በራሱ ይፈጥር ዘንድ ሰላምንም ያደርግ ዘንድ፥”

የግሪኩ ምንባብ ትኩረት፡- *ክቲሲ* በሚለው ቃል ላይ ያረፈ ነው።

ጥያቄ 134፡- *ክቲሴ* የሚለው *ክቲዞ* /መፍጠር/ ከሚለው ቃል የተገኘ አሁናዊ ተጽዕኖ ያለው ሰብጀክቲቭ ግስ ነው። እዚህ ሥፍራ ላይ የቃሉ ክብደት ያለው አነጋገር /ቋንቋ የቱን ነገረ መለኮታዊ አሳብ ይዟል?

ጥያቄ 135፡- *ሃይኖስ* የሚለውን *ኔኤስ* ከሚለው ጋር አመሳክሩ። (በእርግጥም ሁለቱም አዲስ የሚል ትርጓሜን ሊሰጡ ይችላሉ) ለመሆኑ እዚህ ሥፍራ ላይ ለምንድን ነው *ካይኖስ* የተሰኘውን ቃል የተጠቀመው? የቱንስ ናውንስ ይጨምርበታል።

ጥያቄ 136፡- *ποιῶν εἰρήνην* አሁናዊ የሆነ ድርጊት አመልካች ግስ ነው። ለምንድን ነው ጳውሎስ እዚህ ሥፍራ ላይ ከኀላፊ ጊዜ ወደ አሁናዊ ጊዜ የመጣው? ከአንድ ጊዜ የፍጥረት ተግባር በኋላ ቀጣይነት ያለውን ሰላምን የመፍጠር ሁኔታ ያመለክታል ወይ?

📖 **ኤፌሶን 2፥16** *"ጥልንም በመስቀሉ ገድሎ በእርሱ ሁለታቸውን በአንድ አካል ከእግዚአብሔር ጋር ያስታርቅ ዘንድ ነው።*

የግሪኩ ምንባብ ትኩረት፡- *አፖካታሌክሴስ* በሚለው ቃል ላይ የሚያርፍ ነው።

ጥያቄ 137፡- *አፖካታላሶ* የሚሰኘው ግስ (በሙላት ለማስታረቅ) ኢንቴንስ ነው። *ካታሎሰው* ከሚለው ጋር ሲወዳደር እኛ ያለንን የመታረቅ ልምምድ እንዴት ጥልቀት ያለው ያደርገዋል?

ጥያቄ 138፡- *ἐν ἑνὶ σώματι* (በአንድ አካል) የሚለው መሣሪያነትን አመልካች ነው። በክርስቶስ አካላዊ እና ሚስቲካል አካል ውስጥ ያለን አንድነት ጳውሎስ እንዴት ነው ዕንድምታዊ በሆነ መልኩ ያስቀመጠው?

ጥያቄ 139፡- *διὰ τοῦ σταυροῦ* (በመስቀሉ በኩል) *አያያዥን* እና ተዛማጅን ይጠቀማል። የግሪኩ ቃል እንዴት ነው የዕርቁ መካከለኛነት ያለው ወኪል አድርጎ የመስቀሉን አሳብ የሚደግፈው?

🕮 **ኤፌሶን 2፥17** *"መጥቶም ሰላምን ሰበከ!"*

የግሪኩ ምንባብ ትኩረት፡- *εύηγγελίσατο είρήνην*

ጥያቄ 140፡- ለምንድነው በ τοῖς μακράν... τοῖς ἐγγύς (በሩቅ እና በቅርብ ያሉት) ላይ ትኩረት የተደረገው?

ጥያቄ 141፡- *ኢዋንጌሊዮን* የሚለው "መልካም ዜናን ማምጣት" ማለት ነው። ይህም በሰላም ዐውድ ውስጥ እንዴት ነው መንፈሳዊ እና ማኅበራዊ ሁለቱንም ነገሮች በውስጡ ሊይዝ የሚችለው?

ጥያቄ 142፡- ጳውሎስ የኢሳይያስ 57፥19 ጽሑፍ ማስተጋቢያ ጩኸት ነው። እዚህ ሥፍራ ላይ አጠር ብሎ የተቀመጠው አሳብና በሰብዓሊቃናቱ ምንባብ ውስጥ ያለ ውስጣዊ ግንኙነት ምንድን ነው?

🕮 **ኤፌሶን 2፥18** *"በእርሱ ሥራ ሁላችን በአንድ መንፈስ ወደ አብ መግባት አለንና"*

ጥያቄ 143፡- *ፕሮሳጎጌን* (መግባትን ማግኘት መቅረብ መቻል) የሚለው አንዳንድ ጊዜ ከፍ ላለ ባለ ሥልጣን ማስተዋወቂያነት የሚውል ቃል ነው። ይህ ፖለቲካዊ/ ታሪካዊ-ወ-ማኅበራዊ ዳራ

ገፅ 61 | 152

የጳውሎስን የጸሎት ነገረ መለኮታዊ መረዳት እና እርሱ እግዚአብሔርን የሚቀርብበትን ሁኔታ እንዴት ነው የሚያበለጽገው?

ጥያቄ 144፡- προσαγωγή በ 1 ኛው ክፍለ ዘመን የነበረው የአይሁድ እና የሮም ፖለቲካዊ ትርጉም ጋር ከመንፈሳዊ አስተምህሮ ቁልፍ ጉዳዮች ይኖሩታል? እንዴት? በብሉይ አስቴር ህገ መንግስቱ ሳይፈቅድላት በንጉሱ ፊት መቅረብ እንዲሁም በአይሁድ ዘንድ ያልተገረዙ እና የአብርሐም ዘር ሳይሆኑ ወደ ቅድስተ ቅዱሳን አለመግባት እንዴት ትመለከተዋለህ? በዚያን ግዜ በሮም አስተዳደር ወደ ንጉሱ ለመቅረብ የነበረው የአህዛብ ስርዓት ከታሪክም ምን ይመስል ነበር?

ጥያቄ 145፡- ጳውሎስ ወደ ቄሳር ፊት ለመቅረብ ይጋባኝ ጠይቆ ነበር። ወደ እግዚአብሔር ፊት ለመቅረብ መስፈሩ ምንድን ነው? በአንድ መንፈስ ብሎ ጳውሎስ ሲናገር ስነ-መለኮታዊ አስተምህሮ ምንድን ነው?

ጥያቄ 146፡- አንድ ያልተገረዘ አህዛብ የሆነ ወደ ሰለሞን መቅደስ ቤተመቅደስ በይበልጥም ወደ ውስጠኛው ቢገባ ሮማዊ ቢሆንም በድንጋይ ተወግሮ እንዲሞት በሮም ህገ መንግስት ተቀባይነት መኖሩ ከታሪክ እንረዳለን። የዜግነት ማንነት ወሰኝነት በአይሁድም የብሉይ ስርዓት ይገኛል። ከጳውሎስ አስተምህሮ ጋር በምን መልክ ትረዳዋለህ?

ጥያቄ 147፡- ፡ በአንድ መንፈስ *ἐν ἑνὶ Πνεύματι* ተዘማጅ የሆነው የዐረፍተ ነገሩ አወቃቀር ይህንን የመግባት ወይም የመቅረብ ነገር በማመቻቸቱ ረገድ መንፈስ ቅዱስ ያለውን ሚና በምን መልኩ ጥቅም ላይ ያውለዋል?

ጥያቄ 148 ወደ አብ *πρὸς τὸν Πατέρα* ፕሮስ የሚለው አቅጣጫ አመልካቹ ቃል "ወደዚያ" እና "ፊት ለፊት" የሚል ትርጓሜዎችን ሊሰጥ ይችላል። ይህ ነገር አማኙ ከእግዚአብሔር ጋር ያለው ግንኙነትን በተመለከተ ያለ ቅርርቦሽ ወይም የመቀራረብ ሁኔታ ዕንድምታን እንዴት ነው የሚያበለጽገው?

📖 **ኤፌሶን 2፥19** *" እንግዲያስ ከእንግዲህ ወዲህ ከቅዱሳን ጋር ባላገሮችና የእግዚአብሔር ቤተ ሰዎች ናችሁ እንጂ እንግዶችና መጻተኞች አይደላችሁም"*

የግሪኩ ምንባብ ትኩረት፡- ከቅዱሳን ጋር ባላገሮችና የእግዚአብሔር ቤተ ሰዎች ናችሁ እንጂ እንግዶችና መጻተኞች *ξένοι, πάροικοι, συμπολῖται τῶν ἁγίων, οἰκεῖοι τοῦ Θεοῦ*

ጥያቄ 149፡- ጳውሎስ *ዜኖይ* (ዕንግዶች) እና *ፓሪስኮይ* (ነዋሪ የሆኑ መጻተኞች) የሚሉ ሁለት ቃላትን ተጠቅሟል። እነዚህ ሕዝባዊ ሕግ-ነክ ቃላት እንዴት ነው ከቃል ኪዳኑ ማኅበረሰብ ዘንድ የሚኖር መገለል የሚያንጸባርቁት?

ጥያቄ 150፡- *ሱምፓሪታይ* (አብሮ ዜጋ መሆን) የሚለው ቃል ሙሉ አባልነትን ያንጸባርቃል። በክርስቶስ የተገኘውን ሥር ነቀል ለውጥ በተመከተ ይህ ተቃርኖ ምን ይገልጻል?

ጥያቄ 151፡- “የእግዚአብሔር ቤተ ሰዎች አባል” - ይህ ሐረግ ከሕዝባዊ /ፖለቲካዊ ከሆነ ተምሳሌታዊ መግለጫነት እንዴት ነው ወደ ቤተ ሰባዊ ቅርበት የተሸጋገረው? ይህን ሽግግር እንዴት ነው የመጀመሪያው ክፍለ ዘመን አድማጮች የሚረዱት?

ጥያቄ 152፡- ጳውሎስ መንፈሳዊ እውነታን ለመግለጽ ሆን ብሎ በሮማውያን ዓለም የሚታወቁ የዜግነት ቃላትን ይጠቀማል። ξένοι (xenoi) = ሙሉ የውጬ ዜጎች (መብቶች የሉም፣ ከፖለቲካ ውጪ ያሉ)። እንግዶች ተብለው የሚጠሩት በሮም ህገ መንግስት እንዴት ይኖሩ ነበር?

ጥያቄ 153፡- πάροικοι (paroikoi) = ነዋሪ የውጬ ዜጎች (በዜጎች መካከል የኖሩ ነገር ግን የዜግነት መብት የሌላቸው የውጬ አገር ሰዎች፣ ልክ እንደ “ነዋሪ ያልሆኑ ዜጎች” ወይም “ግሪን ካርድ ካርድ” ዛሬ እንደያዙ) ነው። (ፔሬግሪኒ) ከውጬ የመጡ እንደ ጋዴዎች እና አናሳ ብሄረሰቦች የተገደበ የሕግ አገልግሎት በሮም ግዛት ውስጥ የነበራቸው ናቸው። እንዴት ይታዩ ነበር? ታሪካዊ ዳራውን ከቤተክርስቲያን ታሪክ ምርምር አድረገህ ተወያይ።

ጥያቄ 154፡- የአይሁድ ዘንድ እንግዶች እና መፃተኞች በእስራኤላውያን መካከል የመኖር መብታቸው የተጠበቀ ነው። (እንደ ነዋሪ እንግዶች) ለምሳሌ ወደ ቤተ መቅደሱ ውስጠኛ አደባባይ የመግባት መብት አልነበራቸውም። ይህን የህግ ጥሰት ቢያደርጉ በሞት ፍርድ ያካሄድባቸው ነበር። ካልተገረዙ እና ካልተቀየሩ በስተቀር በፋሲካ ወይም በሌሎች የቃል ኪዳን በዓላት ሙሉ በሙሉ መሳተፍ አይችሉም ነበር። ጳውሎስ በክርስቶስ የተገኘው ነፃነት ድግስ መካፈል ጋር እንዴት ገለፀው?

> 📖 **ኤፌሶን 2፥20** *"በሐዋርያትና በነቢያት መሠረት ላይ ታንጻችኋል,… የማዕዘኑም ራስ ድንጋይ ክርስቶስ ኢየሱስ ነው"*

የግሪኩ ምንባብ ትኩረት፡- *ኤፖይክደሜንቶስ ታንጻችኋል* እና *አክሮጎኒያስ* የማዕዘኑም ራስ ድንጋይ በሚሰኙት ቃላት ላይ ያረፈ ነው።

ጥያቄ 155፡- *ኤፖይክደሜንቶስ ታንጻችኋል* የሚለው ቃል ተደራጊ የሆነ ኀላፊ ግስ ነው። በቤተ ክርስቲያን ውስጥ ስላለ የዕድገት እና የመዋቅር ሁኔታ ይህ ቃል ምን ይነግረናል?

ጥያቄ 22፡- *አክሮጎኒያስ* ("የማዕዘን ድንጋይ") በጳውሎስ አጠቃቀም *ሀክስ ሌሳሜኖይ* ነው በግሪኩ የሥነ ሕንጻ ንድፍ

ሙያም ሆነ በብሉይ ኪዳን ትንቢታዊ አገላለጾች ዋነኛው የማዕዘን ድንጋይ መሆኑ ያለው ጉልህነት ምንድን ነው?

ጥያቄ 156፡- ኤፔይኮሜታንቴስ (ታንጻችኋል) የሩቅ ኀላፊ የሆነ ድርጊት አመልካች ግስ ነው። የግሱ ጊዜ አመልካችነት እና ድምፀቱ በሂደቱ ላይ የአማኙን ሚና በተመለከተ ምን ያመለክታል።

ጥያቄ 157፡- *ἀποστόλων καὶ προφητῶν* የሚለውን በተመለከተ በግሪኩ የቃላት ቅደም ተከተል ሐዋርያት የሚለው በመጀመሪያ ሥፍራ ላይ ይገኛል። ለመሆኑ ይህ ቀዳሚነት ያለውን ሥፍራ መያዝን ያመለክታል ወይ? እነዚህ ነቢያት የብሉይ ኪዳን ናቸው ወይስ የአዲስ ኪዳን ናቸው? የሚለው የቱ ክርክር ይነሣል?

ጥያቄ 158፡- *አክሮጎኒያው* (የማዕዘን ድንጋይ) በእርግጥም ኢምንት በሆነ መልኩ የሚገኝ የግሪክ ቃል ነው። የክርስቶስ የማዕዘን ድንጋይነት ሚና ከሐዋርያቱ የመሠረትነት ሚና እንዴት ነው የሚለየው?

ጥያቄ 2፡- መፅሐፍ ቅዱስ በመንፈስ ቅዱስ ተነድተው ተፅፎ ከመጠናቀቁ እና ሥነ-መለኮታዊ ትምህርት መሰረት በማድረግ " መሠረት ላይ ታንጻችኋል" (ἐποικοδομηθέντες ἐπὶ τῷ θεμελίῳ) → ግሪኩ አዎሪስት ተገብሮ ተካፋይ ትርጉም ነው፡-

“በላይ ታነጽ”፣ ለአማኞች የተደረገውን የተጠናቀቀ ድርጊት (ሃላፊ ግዜ) አጽንዖት ይሰጣል። ከዚህ ምን ትማራለህ?

ጥያቄ 159፡- ብዙ ሊቃውንት ይህ የሚያመለክተው የሐዋርያትንና የነቢያትን መሠረት አስተምህሮ ሚና ነው (የአኪ ትርጉም) እንጂ ቀጣይነት ያለው የሥልጣን ቢሮ አይደለም። ስለዚህ በአሁኑ ዘመን ያሉትን መንፈሳዊ የወንጌላውያን እንቅስቃሴ ላይ ምን ታሰተውላለህ?

ጥያቄ 160፡- የሐዋርያ እንቅስቃሴ ትምህርት ተብሎ በሚታወቀው በዘመናዊው “አዲስ ሐዋርያዊ ተሐድሶ” (NAR) የትምህርት ጅረቶች የሚገኙ በሌላ መልክ ይህን የቆየውን የአባቶች እይታ በመሻር አሁን ያሉ ሐዋርያቶች እና ነብያቶች የቤተ ክርስቲያን አስተዳደር ለመመስረት እና መንግሥቱን ለማስፋፋት ስልጣን አላቸው ይላሉ። “መሠረቱ” አልተጠናቀቀም ወይም የቤተ ክርስቲያንን ተልእኮ ለማስቀጠል ቀጣይነት ያለው ሐዋርያዊ-ትንቢታዊ ግብአት እንደሚያስፈልገው ያስተምራሉ። ይህ በወንጌል አማኞች ዘንድ በምን መልክ ሊታይ ይገባል? በይበልጥ እቅበተ እምነት ላይ ያሉ የተከፋፈለ እይታቸውን ግለጥ።

ጥያቄ 161፡- የተለመደው የጥንት እና የአሁን የወንጌል አማኞች ሊሂቃን እንዳስቀመጡት sola Scriptura - ቅዱሳት መጻሕፍት ብቻ የመጨረሻው ናቸው፣ በቂ የእምነት እና የተግባር መመሪያ

ነው የሚጨመር የለም ማለታቸው አውንታዊ እና አሉታዊ ዝርዝር ሃሳብ ትወያዩ

ጥያቄ 162፡- ቲኦሎጂካል ሚዛን ተብሎ የሚጠራው አመለካከት፡- ታሪካዊው የፕሮቴስታንት (የሉተራንን ጨምሮ) አመለካከት መሠረቱ አንድ ጊዜ የተጣለበት ነው - ሐዋርያት እና ነቢያት ሥልጣንን (ቅዱሳት መጻሕፍት) ሰጡን።ክርስቶስ ሕያው የማዕዘን ራስ ሆኖ ይቀራል፣ ሐዋርያትና ነቢያት ታሪካዊ የመሠረት ድንጋዮች ናቸው፣ ቤተ ክርስቲያንም ያንኑ ሐዋርያዊ ቃል በማስተማር ወደ ላይ ታንጻለች። ኤፌሶን 4፡11 ቀጣይነት ያለው ስጦታዎችን ያሳያል፣ ነገር ግን 2፡20 ላይ ያለው ሐዋሪያዊ መሰረት ልዩ እና ሊደገም የማይችል ነው። በዚህ ላይ ምን ትላለህ? በጥልቀት በማሰተማር አማኙን ግራ ከማጋባት ማቆጠብ ምን ያህል በዚህ ዘመን አስፈላጊ ነው? ጥናታዊ መፅሐፍቶች ምን ያህል አስፈላጊ ናቸው?

ጥያቄ 163፡- የጥንቷ ቤተ ክርስቲያን አባቶች ትላልቅ ጉኤዎች ውሰኔ ኤፌሶን 2፡20ን እንዴት እንደ ነው ተረጎሙት? አብራራ። ለምሳሌ ፡- አይረናኡስ ፥ ተርቱሊያን ፥ ኦሪጎን፥ አውጉስቲን እይታቸው እንዴት ነበር? በቅረቡ 19 ኛው እና 20ኛው ክፍለ ዘመን የኖሩ የወንጌል አማኞች መንፈሳዊ አባቶች እንደ ኤፍ. ኤፍ. ብሩስ ፥ዊኪፔዲያ ፥ዶናልድ ጉትሪ ፥ ማርከስ ባርት ፥ ክሊንተን ኢ አርኖልድ ፥ ቻርለስ ኤች. ስፐርጅን / ማቲው ሄንሪ/አልበርት ባርነስ

እና ፍሬድሪች ሜየር – እይታቸው ከጥንቱ አባቶች የተለየ አይደለም። ለምን ይመስልሃል?

🕮 **ኤፌሶን 2፥21** *"በእርሱም ሕንጻ ሁሉ እየተጋጠመ በጌታ ቅዱስ ቤተ መቅደስ እንዲሆን ያድጋል"*

ጥያቄ 164፡- የጳውሎስ ቤተ መቅደሳዊ መግለጫ ((*ναὸν ἅγιον*, *οἰκοδομὴ*, ወዘተ) ቅዱስ ቤተመቅደስ, ሕንፃ የመለኮታዊ መኖሪያ አይሁዳዊም ሆነ የግሪክ ባህል አሳቦች መግለጫዎች ያስተጋባል። እንዴት ነው ጳውሎስ ቤተ ክርስቲያንን የእግዚአብሔር መኖሪያ አድርጎ ለመግለጽ ይህንን ተምሳሌታዊ መግለጫ በድጋሚ ያበጀው?

ጥያቄ 165፡- *ሱናርሞሎጎሰሜኔ* (በአንድነት መያያዝ / እየተጋጠመ) የሚለው ቃል በአሁን ጊዜ የቀረበ ተደራጊ የሆነ ቀጣይነት ያለው ድርጊት ነው። የአሁን ጊዜ መሆኑ የቤ/ክ ቀጣይነት ያለው የዕድገት ጉዞን በተመለከተ ምን ይነግረናል?

ጥያቄ 166፡- *ኦይኮዶሜይ* የሚለው በስም መልኩ የቀረበ ቃል ሴቴያዊ ፆታ ያለው ነጠላ ቃል ሲሆን ለአንድነት አጽንኦት ይሰጣል። ይህ እንዴት ነው አንድ አካል /መቅደስ ከሚሆኑቱ የብዙ ቁጥር ከሆኑቱ አባላት ጋር እንዴት ይጓዛል?

ጥያቄ 167፡- *ናኦን ሃጊዮን* (ቅዱስ መቅደስ) - *ነኦዞ* የሚለው በተለየ መልኩ የመቅደስን ውስጣዊ ክፍል የሚያመለክት ነው። ይህ ቃል *ከኤሮን* በምን ይለያል?

ጥያቄ 168፡- "ሕንጻ ሁሉ / ሙሉ ሕንጻ" (οκοδομή) አሁን በክርስቶስ የተዋሐዱ አይሁዶች እና አሕዛብ ያቀፈችው ዓለም አቀፋዊ ቤተ ክርስቲያን ናት። በአዲስ ኪዳን ያለው የመንፈስ አሰራር ከስነ-መለኮት አስትምህሮ ጋር ሙሉ የምትሆነው እንዴት ባለ መንገድ ነው? ሁሉም ህንፃ መሆናቸው እና ዛሬ በቤተክርስቲያን ስም ያለውን መከፋፈል እንዴት ክፍተቶች መሙላት ይቻላል? በይበለጥም በዘር ልዩነት መሰረት በጥላቻ ያለው ህዝባችን ላይ ተፅእኖ ፈጣሪ ለመሆን ምን ስራዎች ሊኖሩ ያስፈልጋል ትላለህ?

ጥያቄ 169፡- "በጌታ ቅዱስ ቤተ መቅደስ እንዲሆን ያድጋል" (αὔξει εἰς ναὸν ἅγιον) ቤተ ክርስቲያን በቅድስና ማደግ የእግዚአብሔር ማደሪያ ሆነች ማለት ነው። ማደግ ማለት ምን ማለት ነው? አንድ ክርስቲያን በመንፈሳዊ ሕይወቱ ለማደግ መፅሀፍ ቅዱስ ተጠናቅቆ የተሰጠን መሆኑን በመንገዘብ ከቅዱሳኑ ጋር በፍቅር መጋጠም ምን ያህል አስፈላጊ ነው?

ጥያቄ 170፡- ብቻዮን በር ዘግቼ ማደግ እና መከናወን የሚባል አመላካከት ከዚህ ጥቅስ ጋር በማገናዘብ ምክርህን ግለጥ። አድመኛነት እና ወገታዊነት ከዚህ የጳውሎስ የሚስጢር መገለጥ

ጋር በምን መልኩ ይጣጣማል ወይንስ ተቃራኒነታቸው ያለ ልክ ነው ትላለህ? ለምን?

ጥያቄ 171፡- በመጀመሪያው መቶ ዘመን ግንበኞች እንዴት ይገነቡ ነበር? ሮማውያን፣ ግሪኮች፣ ዕብራውያን እንዴት ህንፃ ይሰሩ ነበር። የምርምር ጥናት አቅርብ። በጳውሎስ ዘመን የነበረውን ግንባታ መረዳቱ ለምሳሌው የበለጠ ትርጉም ይሰጣል። ለምሳሌ

ጥያቄ 172፡- የሮማውያን የግንባታ ልምምድ (የጳውሎስ ዘመን) ድንጋይ፣ ጡብ እና ኮንክሪት(በትክክል የተቆረጡ ድንጋዮች እና የተጠላለፉ ድንጋዮች በመሃከላቸው ክፍተት የለበትም። የግሪክ የግንባታ ልምምድ በተመሳሳዩ በማይታይ ሁኔታ ድንጋዮችን ለመገጣጠም የብረት መቆንጠጫዎችን እና መቀርቀሪያዎችን ያገለገሉ ሲሆን ይህም አንድነትን እና ዘላቂነትን ትኩረት ይሰጡ ነበር። የማዕዘን ድንጋይ የቁልፍ እና ወሳኝ ነበር። የጳውሎስ ዘይቤ ከዚህ አንጻር ምን ያስተምርሃል? ተወያዩበት።

ጥያቄ 173፡- "አንድ ላይ መሆን" (συναρμολογουμένη) = ልክ እንደ በጥንቃቄ የተቆራረጡ ድንጋዮች ያለ ክፍተት የተገጠሙ - ትክክለኛነትን እና አንድነትን ያመለክታሉ። በጥንቃቄ ቅርጽ የተሰሩ ድንጋዮች ጥቅም ላይ የዋለ፣ ያለ ክፍተት የተጣመሩ፣ በመያዣዎች የታሰሩ ወይም በውጥረት ውስጥ የተገጠሙ - የጳውሎስን

“መገጣጠም” እንድንረዳ የሚረዱን ምስሎች ከስነ-መለኮት ትምህርት ጋር አያይዘህ ግለፅ።

ጥያቄ 174፡- "ወደ ቅዱስ ቤተ መቅደስ ያድጋል" = እንደ ቋሚ ድንጋዮች ሳይሆን, ይህ ቤተመቅደስ እያደገ ነው, ምክንያቱም ያለማቋረጥ ቁጥራቸው እና ቅድስና ከሚጨምሩ ሕያዋን አማኞች የተሠራ ነው። የቤተክርስቲያን እድገት አስተምህሮ እና ሜጋ ህብረት ጋር ምን ልዩነት ሆነ አንድነት አላቸው?

📖 **ኤፌሶን 2፥22** *“በእርሱም እናንተ ደግሞ ለእግዚአብሔር መኖሪያ ለመሆን በመንፈስ አብራችሁ ትሠራላችሁ”*

የግሪኩ ምንባብ ትኩረት፡- *συνοικοδομεῖσθε, κατοικητήριον τοῦ Θεοῦ, ἐν Πνεύματι*

ጥያቄ 175፡- *ሶኖይኩዶሜይስቴ* (በአንድነት ተሠርታችኋል / ትሠራላችሁ) አሁናዊ በሆነ ተደራጊ አመልካች ግስ የሰፈረ ነው። ይህ ግስ በአንድነት መሠራትን እንዴት ነው የሚያቀርበው?

ጥያቄ 176፡- *ካቶይካቶሪዮን* (የመኖሪያ ሥፍራ) የሚለው የተለየን የእግዚአብሔር መኖሪያ ያመለክታል። ይህ ከብሉይ ኪዳና

ማደሪያ ድንኳን /ቤተ መቅደስ ነገረ መለኮታዊ አስተምህሮ እና ከመንፈስ ቅዱስ ሀልዎት ጋር እንዴት ይዛመዳል? ደግሞስ የእግዚአብሔርን ሀልዎት በተመለከተ የቱን ነገረ መለኮታዊ ክብደት ይይዛል?

ጥያቄ 177፡- *ኤንኤቢውማታይ* (በመንፈስ /መንፈስ ቅዱስን ወኪል በሚያደርግበት መልኩ ምዕራፉን ይደመድመዋል። ኤን የሚለው የግሪኩ አያያዥ አቅጣጫን ወይም የተግባር ክልልን ከመግለጽ አንጻር እንዴት ተግባራዊ ይሆናል?

ኤፌሶን ምዕራፍ 3

ኤፌሶን 3፥1 *"ስለዚህም አሕዛብ ስለ ሆናችሁ ስለ እናንተ የክርስቶስ ኢየሱስ እስር የሆንሁ እኔ ጳውሎስ ለእግዚአብሔር እንበረከካለሁ።"*

የግሪኩ ምንባብ ትኩረት፡- *δέσμιος Χριστοῦ Ἰησοῦ, ὑπὲρ ὑμῶν τῶν ἐθνῶν ስለ እናንተ የክርስቶስ ኢየሱስ እስር የሆንሁ*

ጥያቄ 178፡- *ዴስሚዮስ ክሪስቱ* (ስለ ክርስቶስ እስረኛ) የሚለው ሐረግ በእርግጥም ከቃል በቃል ያለፈ ትርጓሜ ያለው ነው። እንዴት ነው ተዛማጅ የሆነው አወቃቀሩ ባለቤትነትን ወይም ራስን መስጠትን የሚገልጸው? ደግሞስ ይህ በምን ያህል መጠን የመለኮታዊ ጸጋ አገልጋይነቱን በተመለከተ የጳውሎስን ሚና በሚመለከት የሚኖረንን ሚና ጥልቀት ያለው ያደርገዋል?

ጥያቄ 179፡- *ὑπὲρ ὑμῶν τῶν ἐθνῶν* uses *ὑπὲρ ስለ እናንተ ሲታከልበት ተዛማጅ* - ሁፔር ስለ እና ተዛማጅን ይጠቀማል።

ስለዚህም ምክንያት ይህ እንዴት ነው የጳውሎስን መሥዋዕታዊ አገልግሎትና ከአሕዛብም ጋር በተለያየ መንገድ የሚያያዝበትን ሁኔታ የሚያንጸባርቀው?

ጥያቄ 180፡- በዚህ ጊዜ ራሱን እስረኛ ብሎ መጥራቱ የሚያመጣው ንግግራዊ ወይም ስሜታዊ ተፅእኖ ምንድን ነው፣ እና እንዴትስ ሐዋራዊ ስልጣኑን ያጠናክራል?

ኤፌሶን 3፥2 *"ለእናንተ ስለ ተሰጠኝ ስለ እግዚአብሔር ጸጋ መጋቢነት በእርግጥ ሰምታችኋል"*

የግሪኩ ምንባብ ትኩረት፡- *οἰκονομία τῆς χάριτος ጸጋ መጋቢነት*

ጥያቄ 181፡- በመጀመሪያው ትርጓሜው *ኦክሳሺሚያ (መጋቢ /አስተዳዳሪ* የሚለው ቃል ጉልህነቱ ምንድን ነው? ይህ የመለኮታዊ ጸጋ አገልጋይነቱን በተመለከተ የጳውሎስን ሚና በሚመለከት የሚኖረንን ሚና በምን ያህል መጠን ጥልቀት ያለው ያደርገዋል?

ጥያቄ 182፡- በጳውሎስ ነገረ መለኮታዊ መረዳት ውስጥ በተለይም *ሲኮኖሚያ* በሚለው ተለምዶአዊ ግንኙነቱ እንዴት

ሁለቱንም፣ ለመጥቀስም ያህል ስጦታን እና ተግባርን የሚያመለክት ይሆናል?

📖 **አፌሶን 3፥3-5** *ቀደም ሲል በዐጭሩ እንደ ጻፍሁት፣ በመገለጥ እንዳውቀው የተደረገው ምስጢር ይህ ነው። እንግዲህ ይህን ስታነብቡ፣ የክርስቶስን ምስጢር እንዴት እንደማስተውል ለመረዳት ትችላላችሁ። ይህም ምስጢር በመንፈስ አሁን ለቅዱሳኑ ሐዋርያትና ነቢያት የተገለጠውን ያህል ባለፉት ዘመናት ለነበሩ ሰዎች አልተገለጠም ነበር።"*

የግሪኩ ምንባብ ትኩረት፡- *μυστήριον, ἀποκάλυψις, γνωρίσθη* ምሥጢር በመግለጥ አስታወቀኝ

ጥያቄ 183፡- ጳውሎስ በዚህ ሥፍራ ላይ የተገለጸውን ምሥጢር ይጠቅሳል። ይህ ቃል በግሪኩ ሃይማኖታዊ እና ፍልስፍናዊ ዐውድ ያለው ጉልህነት ምንድን ነው? ደግሞስ እርሱ እንዴት ነው በድጋሚ ይህንን ቃል የሚፈታው?

ጥያቄ 184፡- *አፖካሉፊስ* (መገለጥ) መማር ወይም ምክንያታዊ መሆን ከሚሉት ይልቅ ጥቅም ላይ ውሏል። ይህ በእርግጥም የጳውሎስን የመረዳት ምንጩን በማስመልከት ምን ይነግረናል?

ጥያቄ 185፡- ይህን ስታነብቡ፣ የክርስቶስን ምስጢር እንዴት እንደማስተውል ለመረዳት ትችላላችሁ። νοῆσατε (መረዳት/መገንዘብ) የሚለው ግስ የእውቀት (ኮግኒቲብ) ነውን? ከሆነ ደግሞስ ጳውሎስ መንፈሳዊ ብርሃን፤ እዚህ ማንበብ ከመረዳት ጋር እንዴት እንደሚገናኝ ታስተውላለህ? ቃሉን ከማንበብ ፥ ማጥናት እና መሰላሰል ምን ያህል ጠቃሚ ነው ትላለህ? ይሁን እንጂ መንፈስ ቅዱስ ሊያበራው ይገባል የሚለው አስተምህሮ ጋር እንዴት ይጣጣማል?

ጥያቄ 186፡- *ኦግሮሪስቴ* (ዕንዲታወቅ መደረግ) የሚለው ኀላፊ ጊዜ ያለው ቀጣይነት ያለው ድርጊት አመልካች ቃል ነው። ለመሆኑ ማን ነው ዕንድምታዊ አካሉ? ይህ በመገለጥ ውስጥ ያለ መለኮታዊ መነሳሳት አጽንኦት የተሰጠው እንዴት ነው?

ጥያቄ 187፡- የጳውሎስ ንጽጽር ("ቀድሞ ይታወቅ እንደነበረው አይደለም") ቀጣይነቱን ጠብቆ አዲስነትን የሚያጎላው እንዴት ነው?

ጥያቄ 188፡- በጳውሎስ *ሥነ*-መለኮት ውስጥ μυστήριον "ምስጢር" እንዴት ተረዳዋለህ ? እሱ የሚያመለክተው በአዲስ ኪዳን አዲስ የተገለጠውን ነው ወይስ ሁልጊዜ በእግዚአብሔር እቅድ ውስጥ ነገር ግን አሁን የተገለጸውን?

📖 **ኤፌሶን 3፥6** *"ይህም ምስጢር አሕዛብ በወንጌል አማካይነት ከእስራኤል ጋራ ዐብረው ወራሾች፣ ዐብረው የአንዱ አካል ብልቶች እንዲሁም በክርስቶስ ኢየሱስ በሆነው ተስፋ ዐብረው ተካፋይ መሆናቸው ነው።"*

የግሪኩ ምንባብ ትኩረት፡- *συγκληρονόμα, σύσσωμα, συμμέτοχα የጋራ ዐብረው ወራሾች*

ጥያቄ 189፡- እነዚህ *ሱን* (በ በአንድነት) የሚሉቱ ጣምራ ቃላት ትሬይድ ገንብተዋል እያንዳንቸው በድነት ታሪክ ውስጥ የአሕዛብ መቤዠት መካተት ራእይን እንዴት ያሰፉታል?

ጥያቄ 190፡- እነዚህ ቃላት ከቃል ኪዳን መግለጫ ንግግራዊ ቋንቋ፣ እንዲሁም ብሉይ ኪዳናዊ ከሆነው የውርስ ነገረ መለኮታዊ መረዳት ጋር እንዴት ይዛመዳሉ?

ጥያቄ 191፡- አሕዛብ በወንጌል አማካይነት ከእስራኤል ጋራ ዐብረው ወራሾች መሆናቸው በመጀመሪያ ክፍለ ዘመን ለሚኖሩ ወግ አጥባቂዎች በይበለጥም በሮም ህግ የአይሁድ መብት አስጠባቂ ላይ ያመጣው ሁኔታ ምንድን ነበር? በዚህም ምክንያት ማህበራዊ እኩል መብት ለማስከበር ፖለቲካዊ ክፍተት መፍጠሩ ምን ያስረዳል? የክርስትና እምነት በሮም ግዛት ላይ ያመጣው

ተፅእኖ መጨረሻ የሰዋችን እኩልነት እና አንድ አምላክ ብቻ እንዲመለክ ያመጣው ግፊት ምን ያስተምረናል? ዘር ተኮር ጥላቻንስ ለማጥፋት ምን ያህል ይጠቅወማል?

ጥያቄ 192፡- "አይሁዳዊ ወይም የግሪክ ሰው፣ ባሪያ ወይም ጨዋ ሰው፣ ወንድ ወይም ሴት፣ ሁላችሁ በክርስቶስ ኢየሱስ አንድ ሰው ናችሁና" (ገላ. 3፡28) አዲስ የበላይ የሆነ ማኅበረሰብ ፈጠረ። ይህ በማመሳከር ከቤተክርስቲያን ታሪክ ጋር ምርምር አድርግ። የሲቪል መብቶች መሪዎችን እና ፀረ-ዘረኝነትን የሚቃወሙ የነገረ መለኮት ምሁራንን በጣም ኃይለኛ መከራከሪያቸውን የሰጡበት እና በዓለም መድረኮች ላይ ትልቅ ተፅእኖ መፍጠሩ ምን ያስተምርሃል?

ኤፌሶን 3፥7 *"እንደ ኃይሉ ሥራ እንደ ተሰጠኝም እንደ እግዚአብሔር ጸጋ ስጦታ መጠን የወንጌል አገልጋይ ሆንሁለት"*

የግሪኩ ምንባብ ትኩረት፡- *διάκονος, κατὰ τὴν δωρεὰν τῆς χάριτος, ἐνεργεία* *"እንደ ኃይሉ ሥራ እንደ ተሰጠኝም*

ጥያቄ 193፡- ጳውሎስ *ዲያኮኖስ* (አገልጋይ) የሚለውን ቃል ጥቅም ላይ ያዋለበት ዕንድምታው ምንድን ነው? ከሎፍቲንግ ምሥጢር ጋር ያለው ይህ ተቃርኖ እንዴት ነው በዐደራ የተሰጠው?

ጥያቄ 194፡- *κατὰ τὴν δωρεὰν τῆς χάριτος* (በጸጋ ስጦታ መሠረት) የሚለው መጠነ-ልኬታዊ መስፈሪያን ይጠቀማል። ይህ በመንፈሳዊ ጥሪና በመንፈሳዊ ስጦታ ላይ ባለን መረዳት ላይ እንዴት ተጽዕኖውን ያሳድራል?

ጥያቄ 195፡- *ἐνεργεία* (መሥራት፣ ኃይል) ከመለኮታዊ ኃይል ጋር ያያይዛል። ጳውሎስ ለአገልግሎት የሚሆን ኃይል መቀበልን በሚመለከት ነገረ መለኮታዊ አሳብ ላይ ይህ ያለው *ናውንስ* ምንድን ነው?

> **አፌሶን 3÷8** *“ለአሕዛብም ፍለጋ የሌለውን የክርስቶስን ባለ ጠግነት አስታውቅ ዘንድ”*

የግሪኩ ምንባብ ትኩረት፡- *ἀνεξιχνίαστον πλοῦτον* ፍለጋ የሌለውን … ባለ ጠግነት

ጥያቄ 196፡- *ἀνεξιχνίαστος* (ፍለጋ የሌለው፣ አንፋቶመብል) በግሪክ አኔክሲካኒያስቶስ anexichníastos / an-ex-ikh-nee'-as-tos የሚለው ኢምንት በሆነ መጠን የሚገኝ ነው። ይህ የክርስቶስ ብልጽግናዊ ባሕርይን በተመለከተ የቱን ጥቆማ ይሰጣል?

ጥያቄ 197፡- *πλοῦτος* (ሀብት፣ ብልጽግና) በአሳብ የብዙ ቊጥርን፣ እንዲሁም በይዘት መንፈሳዊነትን ወጥነት ባለው መልኩ ይህ ቃል መንፈሳዊ እና ምድራዊ የተትረፈረፈ በረከትን ለመቃረን ጳውሎስ እንዴት ተጠቀመበት?

ኤፌሶን 3፥9 *"እንዲሁም ሁሉን በፈጠረ በእግዚአብሔር ላለፉት ዘመናት የተሰወረውን የዚህን ምስጢር አሠራር ለሁሉም እገልጥ ዘንድ ተሰጠኝ"*

የግሪኩ ምንባብ ትኩረት፡- *φωτίσαι, οἰκονομία τοῦ μυστηρίου የዚህን ምስጢር አሠራር ለሁሉም እገልጥ ዘንድ ተሰጠኝ*

ጥያቄ 198፡- ፎሪሰይ/ to be enlightened (የበራላቸው መሆን) በኀላፊ ጊዜ አድራጊነት ባለው ግስ መልኩ የተቀመጠ ነው፡ ፡ የመለኮታዊ ዕውነት የብርሃን ተሸካሚነት ያለው የቤተ ክርስቲያን ተልእኮ ጋር ይህ እንዴት ይዛመዳል?

ጥያቄ 199፡- *οἰκονομία τοῦ μυστηρίου* የእግዚአብሔር አስተዳደር (ኦይኮኒሚያ) እንዴት አደረጃጀታዊም ሆነ መቤዠታዊ ተግባራት ሁለቱንም እንዴት የሚመለከት ይሆናል?

📖 **ኤፌሶን 3፥10** *"አሁን በቤተ ክርስቲያን በኩል ልዩ ልዩ የእግዚአብብሔር ጥበብ ለሁሉ ይገለጥ ዘንድ"*

የግሪኩ ምንባብ ትኩረት፡- *πολυποίκιλος σοφία, γνωρισθῇ ጥበብ ለሁሉ ይገለጥ ዘንድ*

ጥያቄ 200፡- *ፓሊይኪሎስ ልዩ ልዩ* (ብዙ ዕጥፍ፣ ባለ ብዙ ፈርጅ) ለጌጣ ጌጥ ወይም ብልጹግ ለሆነ ቨሪጌትድ ቀለም ጥቅም ላይ ይውላል። የእግዚአብሔርን ጥበብ በተመለከተ ይህ ተምሳሌታዊ መግለጫ ምን ይገልጻል?

ጥያቄ 201፡- *ግኖሪስቴ* (ይገለጥ ዘንድ) ኀላፊ የሆነ ተደራጊ ግስ የሰፈረ ነው። እግዚአብሔር ቤተ ክርስቲያንን የመገለጡ ማለፊያ አድርጎ ለመረጠበት ሁኔታ ይህ ያለው ዕንድምታ ምንድን ነው?

ጥያቄ 202፡- ἀρχαῖς καὶ ἐξουσίαις (ገዥዎች እና ባለ ሥልጣናት) ከኤፌሶን 6:12 ጋር እንዴት ይዛመዳሉ — አጋንንታዊ፣ መላእክት ወይም ሰፋ ያለ መንፈሳዊ ኃይሎች ናቸው?

ኤፌሶን 3፥12 *"በእርሱ ላይ ባለን እምነት ወደ መንግሥቱ መግባትን አግኝተናል"*

የግሪኩ ምንባብ ትኩረት፡-: *παρρησία, προσαγωγή, πεποιθήσει እምነት ... ድፍረት/ በልበ ሙሉነት ..."*

ጥያቄ 203፡- *ፓሬሲያ* (ድፍረት) በግልጽ የመናገር ነፃነትን ወይም መግባት ሆነልን የሚለውን ያመለክታል። በመጀመሪያው ክፍለ ዘመን ሃይማኖታዊ ገደቦች ብርሃንነት ስንመለከተው ይህ እንዴት ያለው ባህል ተጻጻሪ ነው?

ጥያቄ 204፡- *προσαγωγή መግባትን* ቀደም ብሎ *ፕሮሳጌጎ* የሚለው ጥቅም ላይ ውሏል። አማኞች ከእግዚአብሔር ጋር ተዛምዶአዊነት ያለው *ሥፍራ* ያላቸው መሆን እንዴት ያጠናክረዋል?

ጥያቄ 204፡- *ፔፖስቴሴይ* (መተማመን) የሚለው *ፔይቶ* ከሚለው ቃል የተገኘ ሲሆን፣ በእርግጥም (ማሳመን /መታመን እምነት) ነው። የግሪኩ ግላዊ መታመን እንዴት ነው ስለ እምነት ያለንን መረዳት *ናውንስ* የሚያደርገው?

ጥያቄ 205፡- "በእርሱ ባለን እምነት" እና አንዳንድ ትርጉሞች "በእሱ ታማኝነት" ማንበብ ምን ትርጉም አለው? በይበልጥም የእምነት ተከታዮች እይታ ጋር አመሳክር። ስነ-መለኮታዊ ሚዛናዊነቱ ምን መሆን ይኖርበታል?

📖 **ኤፌሶን 3፥16-19** "በውስጥ ሰውነታችሁ በኃይል እንድትጠነክሩ ክርስቶስም በልባችሁ በእምነት እንዲኖር ...የእናንተ ሥርና መሠረት በፍቅር ይጸና ዘንድ ... ከመታወቅም የሚያልፈውን የክርስቶስን ፍቅር ለማወቅ"

የግሪኩ ምንባብ ትኩረት፡- *κραταιωθῆναι, ἐνδω κατὰ τὸν ἔσω ἄνθρωπον, πλήρωμα τοῦ Θεοῦ በውስጠናው ሰውነት በእግዚአብሔር ሙላት መበርታት*

ጥያቄ 206፡- *ክራቲዮቴናይ* (መጠንከር) የሚለው *ክራቲያስ* ከሚለው ቃል የተገኘ ነው። በእርግጥም ጠንካራ ወይም ብርቱ የሚል ትርጕም አለው። ለመሆኑ ጳውሎስ ከአማኞች እየጠየቀው ያለው እንዴት ዐይነቱን ጥንካሬ ነው? ደግሞስ ይህ ከመንፈሳዊ ፎርቲቲውድ ጋር እንዴት በቅርበት ይዛመዳል?

ጥያቄ 207፡- *ὁ ἔσω ἄνθρωπος* በግሪኩ የሥነ ሰብ ዐውድ ውስጣዊ ሰው በሚለው ጳውሎስ ምን እየተናገረ ነው?

ጥያቄ 208፡- ቁ.16 ላይ "በመንፈሱ በውስጥ ሰውነታችሁ በኃይል እንድትጠነክሩ" ፐኒማቶሎጂ እና አንትሮፖሎጂ ያለው መረዳት ምንድን ነው? አንትሮፖሎጂ ሳንይንሳዊ ፍልስፍና መሰረት (ውስጣዊ እና ውጫዊ ሰው) ልየነታቸው እና አንድነታቸው ካላቸው ማህበረዊ ግንኙነት ጋር የተለያዩ እይታዎች አሉ። ጳውሎስ ፐኒማቶሎጂ ከመለኮት ማለትም ከመንፈስ ቅዱስ (የክርስቶስ መንፈስ) ጋር እንዴት አመሳክሮ ያቀርባል?

ጥያቄ 209፡- ቁ.16 ላይ "እንደ ክብሩ ባለ ጠግነት መጠን" የሚለው ሐረግ ትርጉም ምንድን ነው? የጳውሎስ κατά እዚህ መጠቀሙ ከደረጃው ጋር ያለውን መለኪያ እንዴት ያሳያል? ተራ መጠን መብዛት ሳይሆን የማያልቅ መለኮታዊ አቅርቦትን ይጠቁማል?

ጥያቄ 210፡- ቁ.16 ላይ κραταιωθῆναι δυνάμει ("በኃይል ለመበርታት") የሚለው ሐረግ በአማኝ መንፈሳዊ ህይወት ("ውስጣዊ ሰው ማንነት") ውስጥ ያለው ሥነ-መለኮታዊ አንድምታ ምንድን ነው? ውስጣችን ሐይል ያለው መንፈሳዊ ሰው እንዲሆን የፀሎቱ ይዘት ምን ያስተምረናል?

ጥያቄ 211፡- ቁ.16 ላይ እዚህ ላይ የመንፈስ ሚና (διὰ τοῦ πνεύματος αὐτοῦ) በሌላ ቦታ በመታደስ ወይም በመቀደስ ካለው ሚና የሚለየው እንዴት ነው?

ጥያቄ 212፡- በቁ.17 ላይ - ክርስቶሎጂ እና ህብረት ባስመለከት ለምንድነው ጳውሎስ ከመንፈስ ቅዱስ (ቁ.16) ወደ ክርስቶስ በልባችን ወደ ሚኖረው (ቁ.17) የተሸጋገረው? ምን ታስተውላለህ?

ጥያቄ 213፡- በቁ.17 ላይ ይህ ጽሑፍ እንደ ሥላሴ መሠረት ሆኖ የሚያገለግለው እንዴት ነው - በመንፈስ እና በክርስቶስ መካከል ያለው የተግባር መደራረብ አለ?

ጥያቄ 214፡- በቁ.17 ላይ የ κατοικῆσαι τὸν κατοικῆσαι τὸν διστὸν διὰ τῆς πίστεως ἐν ταῖςκνκ ὑμῶν ("ክርስቶስ በልባችሁ በእምነት እንዲኖር")? κατοικέω (በቋሚነት ለመኖር) ከ παροικέω (እንደ ባዕድ ሆኖ መኖር) የክርስቶስን መገኘትን የሚጠቁመው እንዴት ነው? ይህ በተለወጠ ጊዜ ከክርስቶስ ጋር ካለው የአቋም አንድነት እንዴት ይለያል?

ጥያቄ 215፡- በቁ.17 "የእናንተ ሥርና መሠረት በፍቅር ይጸና ዘንድ" በግሪኩ ἐρριζωμένοι (ሥር የሰደደ፣ግብርና) እና (መሠረተ፣ሥነ ሕንፃ) ሀለቱ ያስቀመጠው ፍቅር መለኮታዊ ምስጢር በመሆኑ ይህን "ፍቅር" ለመረዳት የተጠቀመበት ደርብ ዘይቤ ለማስተላለፍ የታሰበው ቁም ነገር ለምንድን ነው ትላለህ? የፍቅር መገለጥ ሁሉንም ሚስጥራት በማጠቃለል ከከፍታው እርከን ሲገኝ ብዙ ግዜ ሩጫችን ግን ቅባት፥ሐይል፥ ፈውስ እና ተዕምራት ላይ ሊያዘነብል አደረገው? ለምን እንዴት ወደ መሰረቱ እንመለስ?

ጥያቄ 216፡- በቁ.18 ላይ - የኮርፖሬት ኢክሌሲዮሎጂ እና ሚስጥራዊ እውቀት ጳውሎስ ከ πᾶσιν τοῖς ἁγίοις ("ቅዱሳን ሁሉ") ጋር መረዳቱ ምን ማለቱ ነው?

ጥያቄ 216፡- በቁ.18 "ከቅዱሳኑ ጋር" ይህ የሚያመለክተው በክርስቶስ የተፈተረው አዲሱ ቤተሰብ የማኅበረሰባዊ ማስተዋል እንዲወርስ ይህም - የክርስቶስን ፍቅር በግለሰባዊ ሳይሆን በጥምረት ብቻ ነው የሚይዘው? እንደ አካል በፍቅር መያያዝ እና መጋጠም እንዴት ስር መሰረታችን እንዲታነፅ ያስተምረናል? በጌታ አዲስ ፍጥረት የሆነው ወንድምህ በቤተ እምነት እና በአጥቢያ በመከፋፈል ሳይሆን በመንፈስ አንድነት እንዴት ማደግ ይቻላል?

ጥያቄ 217፡- በቁ.19 "ከመታወቅም የሚያልፈውን" ሲል የተተቀመው አሉታዊ ሥነ-መለኮት (አፖፋቲክ ሥነ-መለኮት በመባልም የሚታወቀውን ነውን? እዚህ ላይ ጳውሎስ ግኖሲስን (ተራ ማወቅ፣ ፅንሰ-ሃሳባዊ የግንዛቤ) ከከፍተኛ የማወቅ አይነት ጋር አነጻጽሯል። ይህ የክርስቶስን ፍቅር (ትምህርቶች ወይም ትርጓሜዎች) አእምሮአዊ ግንዛቤ ብቻ አይደለም፣ ነገር ግን ልምድ ያለው፣ አሳታፊ እውቀት ነው።ለውጥ የሚያመጣ እውቀት እንጂ መረጃ ሰጪ ብቻ አይደለም። ከፊል 3፡8-10 ጋር አገናዝብ።

ጥያቄ 218፡- በቁ.19 "የክርስቶስን ፍቅር ለማወቅ ትበረቱ ዘንድ" አወንታዊ ሥነ-መለኮት (እንዲሁም ካታፋቲክ ሥነ-መለኮት

በመባልም የሚታወቀውን አካሄድ ይዞአልን? ኮግኒቲቭ እውቀትን የሚበልጠውን የክርስቶስን ፍቅር ማወቅ ምክንያታዊ አስተሳሰብ ብቻውን ወደማይችለው ጥልቅ እውነታ ዘልቆ እንደ መግባት ነው - ሁሉንም የትንታኔ እና የመረዳት ግንዛቤዎችን የሚያልፍ የፍቅር ህብረት እና አንድነት ደንበር የሌሽ ክልል ውስጥ ዘው ብሎ መግባት ነው። ፍቅር ምን እንደ ሆነ ሙሉ ለሙሉ ለመግለፅ ትንታኔ መስጠት የሚችለው ሰው ሳይሆን ራሱ መንፈስ ቅዱስ ነው? 1ኛ ቆሮ 2፡10-11 አመሳክር

ያቄ 219፡- *πλήρωμα τοῦ Θεοῦ* (የእግዚአብሔር ሙላት) የሚል ሲሆን፣ ለመሆኑ ይህ ሃይፐርቦሌ ነው ወይ? ወይስ ጳውሎስ አማኞች ከመለኮታዊ ባሕርያት በዕውነተኛው መልኩ ተሳታፊ ናቸው እያለ ነው? (ከ2ኛ ጴጥሮስ 1፥4 ጋር አመሳክሩ)

> **ኤፌሶን 3፥20-21** *እንግዲህ በእኛ እንደሚሠራው ኃይል መጠን ከምንለምነው ወይም ከምናስበው ሁሉ ይልቅ እጅግ አብልጦ ሊያደርግ ለሚቻለው፥ ለእርሱ በቤተ ክርስቲያን በክርስቶስ ኢየሱስ እስከ ትውልዶች ሁሉ ከዘላለም እስከ ዘላለም ክብር ይሁን፤ አሜን።"*

የግሪኩ ምንባብ ትኩረት፡- *ὑπερεκπερισσοῦ, ἐνεργουμένην δύναμιν, είς πάντας τοὺς αἰῶνας አብልጦ የሚሰራ ሓይል ከዘላለም እስከ ዘላለም*

ጥያቄ 220፡- *ὑπερεκπερισσοῦ ሁፔክፔራሱ* (በሚበልጥ መልኩ፣ በተትረፈረፈ ሁኔታ) ከሁለት ጣምራ ቃላት የተገኘ ነው። ይህ የእግዚአብሔር መቻል በሚለው ላይ የሚያደርገው አጽንኦት ምንድን ነው?

ጥያቄ 221፡- *ἐνεργουμένην δύναμιν* (የሚሠራ የሆነ ኃይል) በአሁናዊ ቀጣይ የድርጊት ግስ በአማኞች ውስጥ ስለሚፈጸመው የማይቀር ስለ ሆነው የእግዚአብሔር ሥራ ምን ይነግረናል?

ጥያቄ 222፡- *είς πάντας τοὺς αἰῶνας* ከዘላለም እስከ ዘላለም ይህ ሐረግ በግሪኩ ውስጠ-ወይራዊ አነጋገር ዘላለማዊ ቀጣይነትን እንዴት ይገልጻል? ደግሞስ በውሎስ የምስጋናው ክፍል ላይ ይህ ነገር ያለው ሚና ምንድን ነው?

ጥያቄ 223፡- ቁ. 20 የጳውሎስ የእግዚአብሔር ቋንቋ ὑπερεκπερισσοῦ (hyper-ek-perissou፣ "እጅግ አብልጦ") ልመናችንን ወይም አስተሳሰባችንን በአንድ ጊዜ ለዘለቀው መለኮታዊ ሁሉን ቻይነት ሥነ-መለኮት አስተዋጽኦ የሚያደርገው እንዴት ነው? የሄለናዊ ፅንሰ-ሀሳብ ፍሰልስፍና አምላክ /አማልክት /ሎጎስ ከሰው መረዳት እና መስተጋብር በላይ ተሻግረው የሚገኙ እና በሰው ልጆች ጉዳይ ለመግባት ምንም የማይፈልጉ ይህ በአማኞች "ውስጥ" በማደር ምንም አይነት ንክኪ ማድረግ እንደሌለው ግላዊ እና ህብረት የማይሻ ከሚል እንዴት ይቃረናል?

ገፅ 90 | 152

ጥያቄ 224፡- ቁ. 20 ይህ በእኛ እንደሚሠራው ኃይል δύναμις ከመንፈስ ቅዱስ፣ ከሞት ከተነሳው ክርስቶስ ወይም በአጠቃላይ መለኮታዊ ኃይል ተለይቶ ይታወቃል?

ጥያቄ 225፡- ቁ. 21 በጳውሎስ ስነ -መለኮት ኦንቶሎጂ (ቅድስና) አስተምህሮ ሲነርጂስቲክ (እግዚአብሔርየሰዎች ጋር በትብብር / ፊሊ 2፡12) ወይስ ሞነርጂስቲክ (የእግዚአብሔር ሥራ ብቻ 1ኛ ቆሮ 1፡30 ክርስቶስ ብቻ) ነው ትላለህ? በእርግጥ መፅሐፍ ቅዱስ እርስ በራሱ አይጋጭም የእኛ የመረዳት አድማሳችን እንጂ። የዕብራውያን መፅሐፍ ማብራሪያ መግቢያ ላይ "ክርስቶስ ቅድስናችን" በሚል ርዕስ በስፋት እና በጥለቀት ተዘርዝሮ ይገኛል አንብባችሁ ተወያዩ።

ጥያቄ 226፡- ቁ. 21 "በቤተ ክርስቲያን .... ትውልዶች ሁሉ ከዘላለም እስከ ዘላለም" የሚያገኘው ክብር ጊዜያዊ እና ኢሻቶሎጂካል ኤክሊሲያሎጂ ክብር ያመለክታል? ከመስቀሉ ክብር በተቃራኒው ኤክሲያሎጂ በግል ስኬት በእምነት በኩል ያለውን ክፍታ ያመለክታል። በሁለቱ መካከል ያለውን ልዩነት አስረዳ።

ኤፌሶን 4

አፌሶን 4፥1 "እንግዲህ በጌታ እስር የሆንሁ እኔ በተጠራችሁበት መጠራታችሁ እንደሚገባ ትመላለሱ ዘንድ እለምናችኋለሁ።"

የግሪኩ ምንባብ ትኩረት፡- "Παρακαλῶ οὖν ὑμᾶς ἐγὼ ὁ δέσμιος ἐν Κυρίῳ..." እንግዲህ በጌታ እስር የሆንሁ እኔ .... እለምናችኋለሁ

ጥያቄ 227፡- *ፓራካሎ* የሚለው ቃል (እለምናለሁኝ /እመክራለሁኝ) አሁናዊ በሆነ አድራጊ አመልካች ግስ የተቀመጠ ነው። ይህ እንዴት ነው የጳውሎስን የንግግር ድምጸት እና የልመናውን ተቀባይነት ያለው ባሕርይ ያበጃጀው?

ጥያቄ 228፡- *δέσμιος ἐν Κυρίῳ* በጌታ እስር የሆንሁ ጳውሎስ ስለ እስራቱ ያለውን ነገረ መለኮታዊ መረዳት በተመለከተ ይህ ሐረግ ምን ይጠቁማል?

የግሪኩ ትኩረት፡- *ፓራካሉ* (እለምናለሁኝ) እና *ዴስማዮስ* (እስረኛ)፣ እንዲሁም *ኩሪዮን* (በጌታ) በሚሰኙት ቃላት ላይ የሚያርፍ ነው።

ጥያቄ 229፡- *ፓራካላ* የሚሰኘው አሁናዊነትን አመልካች ግስ የጳውሎስን ልመና ባሕርይ እና አስቸኳይነት በሚመለከት መልእክቱን እንዴት ያስተላልፋል?

ጥያቄ 230፡- ይህ ጽንሰ-ሐሳብ በጳውሎሳዊ ሥነ-መለኮት ውስጥ ጸጋን እና ሥነ ምግባራዊ ግዴታን እንዴት ያያይዘዋል? ክርስቲያናዊ ተግባር (በመፈስ መመላለስ) ያነሰ ሰነ -ምግባር ልኬት ላይ ሰንመዘን ከወረድን ለጌታ መስክር መሆናችን አደጋ ላይ ይጥለዋል? ፅድቃችን ከፈሪሳውያን መላቅ አለበት የሚለው የጌታ አስተምህሮ ጋር አመዛዝን። ስሌቱን ከወቅታዊ መንፈሳዊ እርምጃዎቻችን ጋር በማመሳከር አስልተህ ተወያይ።

ጥያቄ 231፡- *ዴስሜዮዝ ኤን ኩሪዮ* በሚል ጳውሎስ ራሱን የገለጸበት ነገረ መለኮታዊ ጉልህነቱ ምንድን ነው? ይህ በልመናው ሥልጣን ላይ እንዴት ተጽዕኖ ሊያሳድር ይችላል?

ኤፌሶን 4፥2 *በትሕትና ሁሉና በየዋህነት በትዕግሥትም፤ እርስ በርሳችሁ በፍቅር ታገሡ*

የግሪኩ ቃላት ትኩረት፡- *ταπεινοφροσύνη, πραΰτης, μακροθυμία በትሕትና፥ በየዋህነት፥ በትዕግሥትም*

ጥያቄ 232፡- *ታፔይኖፍሮሰኔ* (ትሕትና) የግሪክ-ወ-ሮም ከሆነው ባሕርያዊ ሥነ-ምግባር ጋር እንዴት ነው የሚቃረነው?

ጥያቄ 233፡- *πραΰτης* የዋህነት እና *μακροθυμία* ትዕግስት ተለምዶአዊነት ባለው መልኩ ጥንድ ሆነው የሚገኙ ናቸው። እነዚህ ቃላት በክርስቲያናዊ ማኅበረሰብ ውስጥ በአንድነት ሆነው የትኞቹን መንፈሳዊ መልክ ይላበሳሉ?

ጥያቄ 234፡- *ታፔትኖፍሮሱኔ* የሚለው የሚለው ጣምራ ቃል እና *ፓራውቴስ* የሚሰኙት የግሪክ ቃላት ከተለመደው የግሪክ-ወ-ሮም መልካም ባሕርይ በተቃረነ መልኩ የቱን ክርስቲያናዊ ባሕርይ ናውንስ ያስተላልፋሉ?

ጥያቄ 235፡-*ፓክሮቱሚያ* የሚለው ቃል በማኅበረሰባዊ ግንኙነት ውስጥ የመጽናትን አሳብ እንዴት መልክ እንዲይዝ ያደርገዋል?

ጥያቄ 236፡- የተዘረዘሩት በጎነቶች (ትሕትና፣ ገርነት፣ ትዕግሥት፣ እርስ በርስ መታገስ) የኢስጦኢኮችን እና የአይሁድን የሥነ ምግባር ካታሎጎች የሚያንጸባርቁት እንዴት ነው?

ጥያቄ 237፡- ስቶይሲዝም ከግሪካዊው ፈላስፋ ፕላቶ ትምህርቶች አንዱ ነው። ምክንያታዊነትን፣ ራስን መግዛትን እና ከተፈጥሮ ጋር ተስማምቶ መኖርን የሚያጎላ የፍልስፍና ትምህርት ነው። ጥበብ፡ - ራስን በመግዛት ላይ ትኩረት በመስጠት ጥሩ እና መጥፎን የመለየት መቻል፣ ከቁጥጥሩ ውስጥ ባለው ነገር ላይ ማተኮር (ድርጊቶች፣ ሃሳቦች እና አመለካከቶች) በተቃራኒው የአይሁድ ሥነ-ምግባር በኦሪት (የእግዚአብሔር መገለጥ) ላይ የተመሰረተ ነው ሲሆን እግዚአብሔርን መፍራት የጥበብ መጀመሪያ እንደሆነ ይናገራል። ስቶይሲዝም ፍልስፍና እግዚአብሔርን የጠፈር ሁለንተናዊ ኃይል ጋር ያመሳስለዋል፣ የአይሁድ አምላክ ግን ተሻጋሪ፣ ግላዊ እና በአለም ውስጥ በተአምራት እና በመገለጥ ጣልቃ ይገባል ሲል ይገልጠዋል። ከዚህ በመነሳት ጳውሎስ ያቀረባቸው የመንፈስ ፍሬዎች ከስነምግባር ጋር በማሰተያየት ልዩነታቸውን ግለጥ?

ጥያቄ 238፡- ክርስቲያን በኑሮው ከፍተኛ ተፅእኖ ማምጣት የሚችለው ክርስቶስ በእምነት በልቡ ሲኖር ነው። ኤፌ3፡16-17 በማመሳሰል በህብረተሰብ ውስጥ የብርሃን ልጅ በመሆን መገለጥ ከአለማዊው ፍልስፍና ስቶይሲዝም መላቁን በምሳሌ አስረዳ።

ኤፌሶን 4፥3 *በሰላም ማሰሪያ የመንፈስን አንድነት ለመጠበቅ ትጉ*

የግሪኩ ቃላት ትኩረት፡- *σπουδάζω, τηρέω, σύνδεσμος, είρήνη ትጉ፥ ለመጠበቅ፥ ማሰሪያ፥ ሰላም*

ኤዲያዘኔቴዝ (ትጉኅ) መሆን፣ *ቴሬሃን* (ለመጠበቅ)፣ *ኣኖቶቴ* (አንድነት)፣ *ዱንዴስሞዝ* (ጥምረት) እና *ኤሬኔ* (ሰላም) በሚሉዋቸው ቃላት ላይ ያረፈ ነው።

ጥያቄ 239፡- *ሱስቡዳዘንቴስ* ትጋት የሚለው በአሁናዊ ቀጣይነት አመልካች የጊዜ መደብ የተቀመጠው ቃል የመጠበቅን አስቸኳይነት እና ጽናትን እንዴት ይገልጻል?

ጥያቄ 240፡- *σύνδεσμος τῆς είρήνης* (የሰላም ጥምረት ማሰሪያ) - እዚህ *ሥፍራ* ላይ ጥቅም ላይ የዋለው ተምሳሌታዊ መግለጫ ምንድን ነው *ኤሬኔ* እንዴት ነው መዋቅራዊም ሆነ ነገረ መለኮታዊ በሆነ መልኩ የሚሠራው?

ጥያቄ 240፡- *ኣፖውዲያዘንቴዝ* የሚለው አሁናዊ ድርጊት ቀጣይነት ያለውን ጥረት ያመለክታል። ይህ አንድነት በመንፈስ በመጠበቅ ላይ ያለንን መረዳት እንዴት ያበጃጀዋል?

ጥያቄ 241፡- *σύνδεσμος τῆς εἰρήνης (የሰላም ጥምረት)* ከሚለው ተምሳሌታዊ መግለጫ በስተጀርባ ያለው ነገር ምንድን ነው? ይህ ሥዕላዊ ቃል እንዴት ነው የአንድነት አሳብን ጥልቀት ያለው የሚያደርገው?

ጥያቄ 242፡- "በሰላም ማሰሪያ ውስጥ ያለው የመንፈስ አንድነት" ሥነ-መለኮታዊ ልዩነት ምንድን ነው - ይህ አንድነት ኦንቶሎጂያዊ አስተምህሮ (በመንፈስ ቅዱስ የተፈጠረ) ወይስ ሥነ ምግባራዊ (በአማኞች ሃላፊነት የሚጠበቅ)? ሁለቱንም የሚያካትት ነው ?

ጥያቄ 243፡- እንዴት? "ትጉ" የሚለው ቃል ምን ያስተምረናል? ያለ መንፈስ ፍሬ ወደ እዚህ አንድነት መምጣት ካልተቻለ ለምንድን ነው የቅዱሳን ህብረት በውጭ እንቅስቃሴዎች ላይ የበለጠ ትኩረት የሚደረገው? በይበለጥ ውስጣዊ ባህሪን ከመገንባት በውጬዊ አንድነት ድምቀት ላይ ገንዘባችን እና ሃይላችንን የምናባክነው?

ጥያቄ 244፡- የመንፈስ አንድነት የመኖራቸው መገለጫዎች ግለጥ? የመጀመሪያይቱ ቤተክርስቲያን ያላቸው አንድነት ምን ላይ ተኩረት ነበረው? ከእነርሱ ምን እንማራለን?

📖 **ኤፌሶን 4፥4-6** *በመጠራታችሁ በአንድ ተስፋ እንደ ተጠራችሁ አንድ አካልና አንድ መንፈስ አለ፤ አንድ ጌታ አንድ ሃይማኖት አንዲት ጥምቀት፤ ከሁሉ በላይ የሚሆን በሁሉም የሚሠራ በሁሉም የሚኖር አንድ አምላክ የሁሉም አባት አለ።*

የግሪኩ ቃላት ትኵረት፡- *σπουδάζω, τηρέω, σύνδεσμος, είρήνη*

ጥያቄ 245፡- *ሄን እና ሄይስ* (አንድ) በሚል በተደጋጋሚ ጥቅም ላይ የዋሉ ቃላት ርሄቶሪካል ለውጥን /ውጤትን መርምሩ። ይህ እንዴት ነው ነገረ መለኮታዊ እና ሥላሴያዊ መዋቅርን የሚያጠናክረው?

ጥያቄ 246፡- *ሚያፒስቲስ* በግሪኩ ይህ የእምነቶችን ማረፊያ (ተጨባጭነት ያለውን ተዛማጅ) ነው የሚያመለክተው? ወይስ የማመንን ተግባር (ግለ-ስሜትን መሠረቱ ያደረገ ተዛማጅ) የሚመለከት ነው?

የግሪኩ ትኵረት፡- *ሄን* (የአንድ)፣ *ሶማ* (የአካል)፣ *ኒውማ* (መንፈስ)፣ *ኩሪየስ* (ጌታ) *ፒስቲስ* (እምነት)፣ *ባፕቴቴማ* (ጥምቀት) በሚሉዋቸው ቃላት ላይ ያረፈ ነው።

ጥያቄ 247፡- ሐዋርያው ጳውሎስ ኤን የሚለውን ቅጽል ወደ ሰባት ያህል ጊዜ ተጠቅሞበታል። ይህ ርሄቶሪካዊ ድግግሞሽ ክርስቲያናዊ ለሆነው የአንድነት ባሕርይ እንዴት አድርጎ አጽንኦት ይሰጠዋል?

ጥያቄ 248፡- *ያፒስቲስ* በሚለው ሐረግ ውስጥ *ፒስቲስ* የሚለው ቃል የማመን ተግባር ወይም የክርስቲያናዊ አስተምህሮ ክፍል በሚሉት ይበልጥ የሚረዱት ነው። ይህ ልዩነት እንዴት ነው በአተረጓጎም ላይ ተጽዕኖውን የሚያሳድረው?

ኤፌሶን 4፥7 *ነገር ግን እንደ ክርስቶስ ስጦታ መጠን ለእያንዳንዳችን ጸጋ ተሰጠን*

የግሪኩ ቃላት ትኩረት፡- *χάρις, μέτρον, δωρεά ስጦታ / ፀጋ ..መጠን ተሰጠን*

ጥያቄ 249፡- *የዶሪያ* (ስጦታ)፣ *ሜትሮን* (መለኪያ መጠን) እንዴት ነው ግለሰባዊ የሆነ ስጦታን የሚያመለክተው? በእርግጥስ ይህ ተመጣጣኝነት ያለው ነገር ነው ወይስ ምሉዕነትን የተላበሰ ነገር ነው?

ጥያቄ 250፡- *ካሪስ* በሚለው እና *ዶሪያ* በሚለው መካከል በጳውሎስ ነገረ መለኮታዊ አስተሳሰብ ያለው ልዩነት ምንድን ነው?

የግሪኩ ትኵረት፡- *ካሪዝ* (ጸጋ)፣ *ሜትሮ* (መለኪያ)፣ *ዶሪያ* (ስጦታ) በሚሉት ቃላት ላይ የተመሠረተ ነው።

ጥያቄ 251፡- *κατὰ τὸ μέτρον τῆς δωρεᾶς* የሚለው የመንፈሳዊ ስጦታዎችን አስተዳደል እና ልዩነት እንዴት ይጠቁማል?

ጥያቄ 252፡- ጳውሎስ *ካሪዝ* (ጸጋ) በሚለውና *ዶሪያ* (ስጦታ) በሚለው መካከል እንዴት ነው ልዩነትን ያደረገው? እዚህ ላይ እነዚህ ቃላት የትኞቹን ነገረ መለኮታዊ ክብደት ተሸክመዋል?

> **ኤፌሶን 4፥8-10** ስለዚህ። ወደ ላይ በወጣ ጊዜ ምርኮን ማረከ ለሰዎችም ስጦታን ሰጠ ይላል። ወደ ምድር ታችኛ ክፍል ደግሞ ወረደ ማለት ካልሆነ፥ ይህ ወጣ ማለትስ ምን ማለት ነው? ይህ የወረደው ሁሉን ይሞላ ዘንድ ከሰማያት ሁሉ በላይ የወጣው ደግሞ ያው ነው።

የግሪኩ ቃላት ትኩረት፡- *ἀναβαίνω, ὕψος, κατέρχομαι, κατώτερος ወደ ላይ በወጣ ግዜ የምድር ታችኛ በወረደ ግዜ*

ጥያቄ 253፡- የጳውሎስ *አናባዝ* እና *ካቴቤ* የሚሉዋቸው ቃላት አጠቃቀም - እንዴት መዝሙር 68ን ያስተጋባዋል። ጸጋ እና የክርስቶስ መቤዥታዊ መምጣት እንዲሁም ከፍ ከፍ ማለትን የሚያጎለብተው ምንድን ነው?

ጥያቄ 254፡- ይህ … የሚለውን ሐረግ እንዴት ሊረዱት ይችላሉ /ይገባል?

ጥያቄ 255፡- *κατέβη είς τὰ κατώτερα μέρη τῆς γῆς?* ወደ ምድር የታችኛው ክፍል ወረደ? የሚለው ነገረ መለኮታዊ ጉልህነት ምንድን ነው? ይህ ትስጉትን፣ የክርስቶስን ሞት ወይስ ወደ ሲዖል መውረዱን ያመለክታል? በግሪክ ሰዋሰው አማካይነት ያላችሁን ዐቋማችሁን አጠናክሩ።

ጥያቄ 256፡- 4፡8 ላይ የጳውሎስ መዝሙረ ዳዊት 68፡18 ጥቅስ ከ"የተቀበሉት ስጦታ" ወደ **"ስጦታ ሰጠ" በማለት ያስተካክለው የትርጉም ጉዳዮች ምንድን ናቸው?

ጥያቄ 257፡- 4፡8 ላይ ስንመለከት የጥንቷ ቤተ ክርስቲያን አባቶች በአጠቃላይ የጳውሎስን የብሉይ ኪዳን ቅዱሳት መጻሕፍትን አተረጓጎም ተከላክለው ጠብቀዋል። ፣ ተመስጧዊ እና ከክርስቲያናዊ ሥነ-መለኮታዊ እምነቶች ጋር የሚጣጣሙ ሆነው ይመለከቷቸዋል። የዘመናችን ሊቃውንት የጳውሎስ የብሉይ ኪዳን ጽሑፎች ትርጓሜ ከመካከለኛው የትርጓሜ ዘዴዎች ጋር ተመሳሳይነት እንዳለው ይገነዘባሉ ነገር ግን በግንኙነቱ ትክክለኛ ተፈጥሮ ላይ ይለያያሉ። ምሳሌያዊ አገላለጽ እና ታይፖሎጂን መጠቀሙ፥የአይሁድን የትርጓሜ ትውፊቶች ቀጣይነት የሚያሳይ፥መካከለኛ ዘዴዎች ከኋለኞቹ ረቢዎች ወጎች ጋር ምን ያህል እንደሚጣጣሙ ወይም እንደሚለያዩ ቀጣይ ክርክር አለ። መፅሐፍ ቅዱስን ለመረዳት ይህን ማወቃችን ለምን ይጠቅመናል? ከስህተት አስተማሪዎች ትምህርት ልዩነቱ እንዴት ነው?

ኤፌሶን 4፥11-12 አንዳንዶቹ ሐዋርያት፣ አንዳንዶቹ ነቢያት፣ አንዳንዶቹም ወንጌል ሰባኪዎች፣ ሌሎቹ ደግሞ እረኞችና አስተማሪዎች ይሆኑ ዘንድ የሰጠ እርሱ ነው፤ ይኸውም የክርስቶስ አካል ይገነባ ዘንድ፣ ቅዱሳንን ለአገልግሎት ሥራ ለማዘጋጀት ሲሆን፣

- **የግሪኩ ቃላት ትኵረት፡-** *ἔδωκεν, ἀπόστολος, ποιμήν, διδάσκαλος, καταρτισμός የሰጠ፥ ሐዋርያ፥ እረኛ፥ አስተማሪ፥ ለማዘጋጀት*

ጥያቄ 258፡- ሦስቱ ዓላማዎች ("ቅዱሳንን ለማዘጋጀት ፣ ለአገልግሎት ሥራ፣ አካል ይገነባ ዘንድ") እንዴት ይዛመዳሉ፡ ተከታታይ ነው ወይንስ በአንድ ጊዜ?

ጥያቄ 259፡- በግሪክ ሰዋሰው *ποιμένας καὶ διδασκάλους* የሚልን አንድን ወይም ሁለት የአገልግሎት ቢሮን ያመለክታል። *ካይ* ያለ ቀዳሚ ገላጭ የሚታይበት ሁኔታ በመልሱ ላይ እንዴት ተጽዕኖ እንደሚያሳድር ግለጹ።

ጥያቄ 260፡- *ካታራቲስምስ* (መሪነት) ስለሚሰጡ ወገኖች ምን ይጠቀማል? ቴክኖሎጂያዊ ክህሎት፣ ምግባራዊ ብስለት፣ ወይም ጤናማ አስተምህሮ ያሉ ያለ ቀዳሚ ገላጪ የሰፈሩ ሰዋሰዋዊ አማራጮችን መርምሩ።

ጥያቄ 261፡- ኤዎኬን (እርሱ አለው) የሚለው ግስ እነዚህን ሚናዎች በመወጣቱ ረገድ እንዴት ለክርስቲያናዊ ሥልጣን አጽንኦትን ይሰጣል?

ጥያቄ 262፡- *ካታርቲስምስ* የሚለው ቃል ስርወ-ቃልን መርምሩ፡ ፡ ደግሞስ የመንፈሳዊነት መከሰትን እንዴት ነው መልክ እንዲይዝ የሚያደርጉት?

ጥያቄ 263፡- በቤተ ክርስቲያን ውስጥ ያለን የመብሰል ሂደት ለመግለጽ እንዴት ነው የመገንባት፣ የእምነት እና የፍቅር ግቦች መስተጋብር የሚያደርጉት?

ኤፌሶን 4፥13 *ይህም የሚሆነው፣ ሁላችንም የእግዚአብሔርን ልጅ በማመንና በማወቅ ወደሚገኘው አንድነት በመምጣትና ሙሉ ሰው በመሆን፣ በክርስቶስ ወዳለው ፍጹምነት ደረጃ እስከምንደርስ ነው።*

- **የግሪኩ ቃላት ትኩረት፡-** *τέλειος, μέτρον, πλήρωμα ሙሉ ሰው በመሆን፣ በክርስቶስ ወዳለው ፍጹምነት ደረጃ እስከምንደርስ ነው*

ጥያቄ 264፡- ***ሂኖራ ቴሌዮን*** (የበሰለ ሰው) የጋራ ከሆነ ክርስቲያናዊ መምሰል ጋር እንዴት ይዛመዳል? ጳውሎስ ቤተ ክርስቲያናዊ አንድነትን ለመግለጽ ነበር ወይ ይህን በስም መልክ የተጠቀመውን አካል ጥቅም ላይ ያዋለው?

ጥያቄ 265፡- "ሁላችንም ወደ እምነት አንድነት እስክንደርስ ድረስ..." የሚለው የፍጻሜ አድማስ ምንድን ነው - ይህ በእውነቱ በአሁኑ ዘመን ይጠበቃል?

ጥያቄ 266፡- *ፕሌሮማ* (ሙላት) ከ 1፥23 እና ከቈላስይስ1፥19 ጋር እንዴት ይያያዛል? ይህ ዓላማን አመልካች ነው ወይስ ዕውነታን አመልካች ነው?

የግሪኩ ትኵረት፡- *ቴሌዮስ* (ብስለት)፣ *ሜትሮን* (መለኪያ)፣ *ሔሊኪያ*(በሙላት ማደግ) በሚሰኙቱ ቃላት ላይ መሠረቱን ያደረገ ነው።

ጥያቄ 267፡- does *είς ἄνδρα τέλειον* ስለ መንፈሳዊ ብስለት በተለይም ወንዴአዊ በሆነ የነጠላ ቁጥር አጠቃቀም የቀረበው ምን ያስተምረናል?

ጥያቄ 268፡- *πλήρωμα τοῦ Χριστοῦ* የሚለው ሰፋ ካለው የጳውሎስ ነገረ ክርስቶሳዊ እና ነገረ ቤተ ክርስቲያናዊ መረዳት ጋር እንዴት ይያያዛል?

ኤፌሶን 4፥14 *እንደ ስሕተት ሽንገላ ባለ ተንኮል በሰዎችም ማታለል ምክንያት በትምህርት ነፋስ ሁሉ እየተፍገመገምን ወዲያና ወዲህም እየተንሳፈፍን ሕፃናት መሆን ወደ ፊት አይገባንም፥*

የግሪኩ ቃላት ትኵረት፡- : *κλυδωνίζομαι, περιφέρω, διδασκαλία ወዲያና ወዲህም/ እየተንሳፈፍን/ በትምህርት*

ጥያቄ 269፡- *ክሎውዚኖሜኖይ* (በማዕበል መወሰድ) የሚለው ሐረግ ጉልህ ሆኖ የሚታየው ጉልበቱ ምንድን ነው? ተደረጊ የሆነው ድምፀቱ እንዴት ነው ትርጓሜውን ቅጥ የሚያስይዘው?

ጥያቄ 270፡- *ፓርቲ አኔሞ* - «እያንዳንዱ ዐይነት» አስተምህሮ የሚለው ተምሳሌታዊ መግለጫ የሐሰተኛ አስተምህሮዎች ተለዋዋጭ እና ብዝኀነት ያላቸው መሆንን አስመልክቶ የቱን ዕንድምታዊ መልእክት ያስተላልፋል?

የግሪኩ ትኵረት፡- *ክሉዶኒዞማይ* (መውሰድ)፣ *ፔሪፎሮ* (ተሸክሞ መውሰድ)፣ *ዲዳስክሎ* (ትምህርት)፣ *አኔሞይስ* (ነፋስ) በሚሰኙቱ ቃላት ላይ መሠረቱን ያደረገ ነው።

ጥያቄ 271፡- *κλυδωνιζόμενοι* የሚለው በኋላፊ ጊዜ የተቀመጠው ቀጣይነትነትን አመልካች ግስ የቱን ተምሳሌታዊ መግለጫ ወደ አእምሮ ያመጣል?

ጥያቄ 272፡- በ *παντὶ ἀνέμῳ τῆς διδασκαλίας* (በእያንዳንዱ ነፋስ መወሰድ) የሚለው ነገረ መለኮታዊ ትርጉሙ ምንድን ነው?

> **ኤፌሶን 4፥15-16** *"ነገር ግን እውነትን በፍቅር እየያዝን በነገር ሁሉ ወደ እርሱ ራስ ወደሚሆን ወደ ክርስቶስ እንደግ፤ ከእርሱም የተነሣ አካል ሁሉ እያንዳንዱ ክፍል በልክ እንደሚሠራ፥ በተሰጠለት በጅማት ሁሉ እየተጋጠመና እየተያያዘ፥ ራሱን በፍቅር ለማነጽ አካሉን ያሰድጋል።*

የግሪኩ ቃላት ትኩረት፡- *ἀληθεύω, ἀγάπη, αὔξησις* *እውነትን በፍቅር . እንደግ*

ጥያቄ 273፡- *ἀληθεύοντες ἐν ἀγάπῃ* «በዕውነት መውደድ» የሚል ትርጉምን ይዟል። ይህ ድርጊቱ በመፈጸም ላይ መሆኑን አመልካች ሐረግ ሥነ ምግባራዊ ዕውነትን እና ተምሳሌታዊነት ያለው የሕይወት ተዘምዶን በተመለከተ የቱን ዕንድምታዊ መልእክት ያስተላልፋል?

ጥያቄ 274፡-"እውነትን በፍቅር መናገር" (ἀληθεύοντες) የአስተምህሮ ታማኝነትን እና የግንኙነት ስነምግባርን እንዴት ያዋህዳል?

ጥያቄ 275፡- አውዜሺን ተሃኤይ (ለዕድገት ምክንያት ይሆናል) በሚለው ሐረግ ውስጥ የዐረፍተ ነገሩ ባለቤት ማን ነው? እንዲሁም የግሪኩ ቃል በአካሉ ዕያደገ መሄድ ላይ የክርስቶስን ሚና እንዴት ነው የምንጨነት ሊሆን የሚችለው?

የግሪኩ ትኵረት፡- *አሌቴኖይ* (ዕውነትን መናገር)፣ *አጋፔ* (ፍቅር)፣ አውዜሲስ (ዕድገት)፣ እና ሶማ (አካል/ሰውነት) በሚሰኙቱ ቃላት ላይ መሠረቱን ያደረገ ነው።

ጥያቄ 276፡- *ἀληθεύοντες ἐν ἀγάπ (ዕውነትን በፍቅር መናገር)* የሚለውን ቀጣይ ድርጊት አመልካች ሐረግ መርምሩ። በክርስቲያናዊ ብስለት ውስጥ እንዴት ነው ጳውሎስ ዕውነትን እና ፍቅርን ሚዛናዊነት በሚጠብቅበት መልኩ እንደሚሠሩ ያስታወቀው?

ጥያቄ 277፡- *αὔξησιν ποιεῖ,* በሚለው ውስጥ የዐረፍተ ነገሩ ባለቤት ማን ነው? ደግሞስ ይህ የቤተ ክርስቲያን ዕድገትን በተመለከተ ምንጩ ማን እንደ ሆነ ያስተምራል?

📖 **ኤፌሶን 4፥17-18** *እንግዲህ አሕዛብ ደግሞ በአእምሮአቸው ከንቱነት እንደሚመላለሱ ከእንግዲህ ወዲህ እንዳትመላለሱ እላለሁ በጌታም ሆኜ እመሰክራለሁ።እ ነርሱ ባለማወቃቸው ጠንቅ በልባቸውም ደንዳንነት ጠንቅ ልቡናቸው ጨለመ፥ ከእግዚአብሔርም ሕይወት ራቁ፤*

ጥያቄ 278፡- 4፡17 ላይ "የአእምሯቸው ከንቱነት" የአህዛብ አስተሳሰብን ከአይሁድ አፖካሊፕቲክ እይታ የሚለየው እንዴት ነው? የአይሁድ አፖካሊፕቲክ እይታ አህዛብ የመለኮታዊ መመሪያ እና መገለጥ እጦት እንዲሁም የቃል ኪዳን ግንኙነት አለመኖራቸው ያመጣባቸው ችግር ምንድነው ብለው ያምናሉ? ከእግዚአብሔር ህይወት መራቅ የሚለው የጳውሎስ አስተምህሮ ጋር እንዴት ይዛመዳል? በዓለማዊ ምኞቶች ላይ በማተኮር፣ ራስን በመደሰት፣ እና ተድላ በመሻት ከእግዚአብሔር እንዲርቁ እና ወደ ሥነ ምግባራዊ ውድቀት ላይ የጳውሎስ ትምህርት ጋር ተመሳሳይነቱን በዝርዝር አስረዳ

📖 **ኤፌሶን 4፥20-21** *በእርግጥ ሰምታችሁታልና፥ እውነትም በኢየሱስ እንዳለ በእርሱ ተምራችኋል፤ ፊተኛ ኑሮአችሁን እያሰባችሁ እንደሚያታልል ምኞት የሚጠፋውን አሮጌውን ሰው አስወግዱ፥*

ጥያቄ 279፡- "ክርስቶስን በዚህ መንገድ አልተማራችሁም" ማለት ምን ማለት ነው? ክርስቶስ የመመሪያው ርዕሰ ጉዳይ (ስለ ክርስቶስ ብቻ ሳይሆን ስለ ራሱ ክርስቶስ) እንዴት ነው? በእርሱ ተምራችኋል ሲል እና ክርስቶስ በእምነት በኩል በልባችን መኖሩ ያገኘነው የህይወት ትምህርት ምን ታስተውላለህ?

ኤፌሶን 4፥22-24 *ፊተኛ ኑሮአችሁን እያሰባችሁ እንደሚያታልል ምኞት የሚጠፋውን አሮጌውን ሰው አስወግዱ፥ በአእምሮአችሁም መንፈስ ታደሱ፥ ለእውነትም በሚሆኑ ጽድቅና ቅድስና እንደ እግዚአብሔር ምሳሌ የተፈጠረውን አዲሱን ሰው ልበሱ።*

ጥያቄ 280፡- የግሶቹ ትክክለኛ ገጽታ ምንድን ነው፡ አሮጌውን ራስን /ሰውነት ማስወገድ ያለፈ ክስተት (መለወጥ) ነው ወይንስ ቀጣይ የእለት ተእለት ተግባር አስፈላጊ ነው? እንዴት ይከናወናል? መንፈሳዊ ጥበብ እና መረዳት ምን ያህል አስፈላጊ ጉዳይ ነው?

ጥያቄ 281፡- በአእምሮህ መንፈስ መታደስ ከሮሜ 12፡2 ጋር እንዴት ይገናኛል?

ጥያቄ 282፡- "በእግዚአብሔር አምሳል የተፈጠረው አዲስ ሰው" ተፈጥሮው ምን ይመስላል? ይህ የአዳማዊ መልክ ተሃድሶ ነው ወይስ በክርስቶስ የሆነ ልዩ የትንሳኤ ነገር ነው?

ኤፌሶን 4፥25 *ስለዚህ ውሸትን አስወግዳችሁ፥ እርስ በርሳችን ብልቶች ሆነናልና እያንዳንዳችሁ ከባልንጀሮቻችሁ ጋር እውነትን ተነጋገሩ።*

ጥያቄ 283፡- ጳውሎስ ‘እውነትን እንድንናገር’ የሰጠው ትእዛዝ ከዘካርያስ 8:16 ጋር የሚያገናኘው እንዴት ነው?

ኤፌሶን 4፥26-27 *ተቆጡ ኃጢአትንም አታድርጉ፤ በቍጣችሁ ላይ ፀሐይ አይግባ፥ ለዲያብሎስም ፈንታ አትስጡት።*

ጥያቄ 284፡- "ተቆጡ ኃጢአትንም አታድርጉ" እንዴት መረዳት ይቻላል - የጽድቅ ቁጣ ይታሰባል? ቅዱስ ቁጣ ባህሪ እና የስጋ ስራ ቁጣ ልየነቱን ግለጥ።

ጥያቄ 285፡- μηδὲ δίδοτε τόπον τῷ διαβόλῳ (“ለዲያብሎስ ዕድል አትስጡት”) ስለ መንፈሳዊ ጦርነት እና ስለ ግላዊ ሥነ ምግባር ራስን ስለመግዛት ምን ያስተምርሃል?

ኤፌሶን 4፥28 *ሰረቀ ከእንግዲህ ወዲህ አይስረቅ፥ ነገር ግን በዚያ ፈንታ ለጎደለው የሚያካፍለው እንዲኖርለት በገዛ እጆቹ መልካምን እየሠራ ይድከም።*

ጥያቄ 286፡- ይህ ክፍል ከስርቆት ወደ ሥራ፤ ከዚያም ወደ መካፈል መሸጋገር ፤ መቀደስን ከራስ ወዳድነት ወደ ልግስና መሸጋገሩን እንዴት ያሳያል? ለኩነኔ እና ደካማ ህሊና ከማቁሰል ወጥቶ ለማረም፥ ለማቅናት እና ለማሳደግ ከሚለው መርህ ጋር እንዴት ትረዳዋለህ?

ኤፌሶን 4፥29 *ለሚሰሙት ጸጋን ይሰጥ ዘንድ፥ እንደሚያስፈልግ ለማነጽ የሚጠቅም ማናቸውም በጎ ቃል እንጂ ክፉ ቃል ከአፋችሁ ከቶ አይውጣ።*

ጥያቄ 287፡- σαπρός λόγος ("ብልሹ ንግግር፣" በጥሬው "የበሰበሰ ቃል") የግሪክ ንኡስነት ምንድን ነው?

ጥያቄ 288፡- የጳውሎስ የንግግር መስፈርት ከሥነ ምግባር ገደብ የዘለለ እና ለማነጽ እና ለጸጋ የሚያቀርበው እንዴት ነው?

📖 **ኤፌሶን 4፥29** ለቤዛም ቀን የታተማችሁበትን ቅዱሱን የእግዚአብሔርን መንፈስ አታሳዝኑ።

ጥያቄ 289፡- "የእግዚአብሔርን መንፈስ ማሳዘን" ማለት ምን ማለት ነው ? ይህ የመንፈስን ስብዕና ያሳያል? ይህ "ለቤዛ ቀን ታትሟል" ከሚለው ፍጻሜ ጋር የሚያገናኘው እንዴት ነው? ክርሰቶስ ለመግለጥ የተሰጠን ምንፈስ ቅዱስ ካዘነ ደግሞ ክርቶስ በውጭ በር ላይ ይገኛል ከሚለው ጋር እንዴት ይዛመዳል?

📖 **ኤፌሶን 4፥31** መራርነትና ንዴት ቁጣም ጩኸትም መሳደብም ሁሉ ከክፋት ሁሉ ጋር ከእናንተ ዘንድ ይወገድ።

ጥያቄ 290፡- ከመራራነት ወደ ክፋት መሸጋገር እየጨመረ ያለውን ግንኙነት እንዴት ያሳያል? መራራነት የሚያስከትለው አደጋ ከታወቀ እንዴት ከመራራነት በግዜ መውጣት ይቻላል?

📖 **ኤፌሶን 4፥31** እርስ በርሳችሁም ቸሮችና ርኅሩኆች ሁኑ፤ እግዚአብሔርም ደግሞ በክርስቶስ ይቅር እንዳላችሁ ይቅር ተባባሉ።

ጥያቄ 291፡- እግዚአብሔር በክርስቶስ ያሳየውን ይቅርታ ሶቴሪዮሎጂ (የእግዚአብሔር ድርጊት) እና የእኛ ሥነ ምግባር (ድርጊቶቻችንን) ለወንድሞቻችን እንዴት በልባችን ተፅእኖ በመፍጠር እንደ እሳት ነዳጅ እንደሚያቀጣጥል ማድረጉ ምን ያስተምርሃል?

ኤፌሶን 5

የግሪኩ ምንባብ ትኩረት በተደረገበት መልኩ ለሚጠኑ የመጽሐፍ ቅዱስ ምንባቦች የተዘጋጁ ጥያቄዎች

1. እግዚአብሔርን መምሰል እና በፍቅር መመላለስ

🕮 **(ኤፌሶን 5፥1-2)** *"እንግዲህ እንደ ተወደዱ ልጆች እግዚአብሔርን የምትከተሉ ሁኑ፥ ክርስቶስም ደግሞ እንደ ወደዳችሁ ለእግዚአብሔርም የመዓዛ ሽታ የሚሆንን መባንና መሥዋዕትን አድርጎ ስለ እናንተ ራሱን አሳልፎ እንደ ሰጠ በፍቅር ተመላለሱ"*

የግሪኩ ምንባብ ቃላት:- *ሚሜታይ* (መምሰል)፣ *አጋፔ* (ፍቅር)፣ *ፔራፓቴው* (መመላለስ)፣ *ቱሲያ* (መሥዋዕት)፣ *ዩፐሮስዴክቶስ* (በጣም ደስ ማሰኘት) በሚሉቱ ቃላቶች ላይ መሠረቱን ያደረገ ነው።

ጥያቄ 292፡- *ሚሜታይ* (መሰዮች) የሚለው በአሁን ጊዜ የተቀመጠ ትእዛዛዊ ቃል እግዚአብሔርን ቀጣይነት ባለው መልኩ ለመመሰል የሚሆን ጥሪን እንዴት መልክ አስይዞታል?

ጥያቄ 293፡- *ሜሪታቴው* (መመላለስ) የሚለው የአማኞችን የሕይወት ዘይቤ እና ዕለታዊ ጠባይ በተመለከተ ምን ያመለክታል?

ጥያቄ 294፡- እዚህ *ሥፍራ* ላይ ቱሲያ (መሥዋዕት) የሚለውን በስም መልክ የተቀመጠ ቃል መርምሩ። ከግሪኩ *አጋፔ (ፍቅር)* ከሚለው ፅንሰ-አሳብ ጋር እንዴት ይያያዛል?

ጥያቄ 295፡- *εὐπρόσδεκτος τῷ Θεῷ* (ማለፊያ በሆነ መልኩ እግዚአብሔርን ደስ ማሰኘት) የሚለው ሐረግ ጉልህነቱ ምንድን ነው?

ጥያቄ 296፡- በጳውሎስ ሥነ መለኮት (ኤፌ 3፡3-10) እግዚአብሔርን መምሰል ምን ማለት ነው? ይህ ከግሪኮ-ሮማውያን የሞራል የስነ-ምግባር ምክር ጋር ሲወዳደር እንዴት ልዩ ነው? በዓለም ዘንድ ከእግዚአብሔር ቃል ላይ የተመሰረተ ጤናማ ፍልስፍና ለመሐበራዊ ተሐድሶ ጌታ የሚሰራበት እና የሚበረታታ ቢሆንም እንኳ የክርስቲያን በፍቅር (ኤፌ5፡2) በመመላለስ ለዓለም የምናበራው የወንጌል ጮራ ግን ያለ መጠን ክፍ ያለ መሆኑን እናስተውላለን። በይበልጥም በእግዚአብሔር የፅድቅ ልክ

ሲታይ “የመርገም ጨርቅ” ነው። “ሰውነታችሁን እግዚአብሔርን ደስ የሚያሰኝና ሕያው ቅዱስም መሥዋዕት አድርጋችሁ ታቀርቡ ዘንድ” እንዳለው አማኝ በተግባሩ እና በስነ-ምግባር የተወደደ ልጅ ሆኖ ሊያሳይ ይችላል?

ጥያቄ 297፡- “የተወደዳችሁ ልጆች” (τέκνα ἀγαπητά) ዘይቤ ጳውሎስ እዚህ ያዘዘውን የፍቅር መመላለስ እና ክርስቲያናዊ ሥነ-ምግባር እንዴት ይቀርጻል? ይህ ጥቅስ ከሥነ ምግባራዊ መምሰል በተቃራኒ የክርስቶስን ማዕከላዊ ሥነ ምግባር እንዴት ያጸናል?

ጥያቄ 298፡- ኢየሱስ የአባቱን ሃሳብ እንዳገለገለ እና እንደተመላለሰ እርሱን እንድንከተል ያዘናል በዚህም በፀጋ በኩል እግዚአብሔርን እንከተላለን “እግዚአብሔርን የምትከተሉ ሁኑ”። ማለቱ ከማይንቀሳቀስ ሁኔታ ይልቅ የለውጥ ሂደት (process of transformation) በጳውሎስ ስነ-መለኮት እንዴት ይገልጠዋል?

ጥያቄ 299፡- “እግዚአብሔርን የምትከተሉ ሁኑ” የግሪክ ግሥ μιμηταί γίνεσθε (mētai ginesthe፣ "የምትከተሉ ሁን") የሚለው ኃይል ምንድን ነው? γίνεσθε (የአሁን ግዜ፥ ቀጣይ፥ መካከለኛ ሰው የሚተገበረው) አጠቃቀም ይህም ከስታቲክ (ግትር ብሎ የማያድግ የማይለውጥ) ሁኔታ ይልቅ የለውጥ ሂደትን እንዴት ያሳያል? አማኝ ከትናንት ዛሬ በመለወጥ ሥነ-መለኮታዊ ተግባር መፈፀም ክርስቶስ በሚታዘዘው ሰው ውስጥ ራሱን በመለውጥ የሚገለጥበት ሁኔታ ግለጥ።

ጥያቄ 300፡- "እግዚአብሔርን ምሰሉ" የሚለው ትእዛዝ ከብሉይ ኪዳን ቅዱሳን ትእዛዝ ጋር እንዴት ይዛመዳል ምክንያቱም እግዚአብሔር ቅዱስ ነው (ዘሌ. 19፡2)? ጳውሎስ ሆን ብሎ ቅድስናን ከምድር የፍልስፍና ስነምግባር ደረጃ ይልቅ በመምሰል ለምን ቀየረው? ፍጹም የእግዚአብሔር አምሳል የሆነው ክርስቶስ ብቻ በመሆኑ የእርሱን መካከልኝነት (አማላጅነት) ለእኛ ወደ እርሱ ለመለወጥ ምን ያህል አስፈላጊ ነው? መካከለኛ፥ መዳናችን ምክንያት (ምንጮ) እና አማላጅነት ከሚለው የዕበራዊ ፀሐፊ ጋር እንዴት ታመሳክረዋለህ? "ለሚታዘዙለት ሁሉ የዘላለም መዳን ምክንያት ሆነላቸው" ዕብ 5፡10

ጥያቄ 301፡- በተፈጥሮ እንድምንማረው በነፍሳት እና በአምፊቢያን ውስጥ ያለው ዘይቤ (metamorphosis)፣ ፍጥረታት በሚዳብሩበት ጊዜ በቅርጽ እና በአወቃቀራቸው ላይ አስደናቂ ለውጦችን ያደርጋሉ። እንዲሁ በክርሰቶስ ባህሪ በመጋራት (ከውይን ግንዱ ጋር በመጣበቅ) እንደ ግለሰብ፡- ግላዊ ለውጥ ቀጣይነት ያለው ለውጥ እና እድገትን (ከክብር ወደ ክብር) የአስተሳሰብ፣ የልምድ እና ራስን ማንነት ለውጦችን/ ተሃድሶ ጨምሮ፣ ወደ እድገት እና ወደ መንፈሳዊ እርካታ መረስረስ እንድንደርስ በኤፌሶን በጳውሎስ ስነ-መለኮት ትምህርት የተሰጡን በረከቶች መካከል ግለፅ።

ጥያቄ 302፡- እንደ ማህበረሰብ ደግሞ የክርስቶስን ባህሪ (ፍቅር) መልበስ እና መመላለስ ማህበረሰባዊ ለውጥ የሚያመለክተው

ጥልቅ፣ ቀጣይነት ያለው፣ ቀጥተኛ ያልሆኑ የሥርዓት ለውጦች በእሴቶች፣ በደንቦች፣ በዓለም ትላለቅ ተቋማት በቃሉ የተመሰረቱበት ፖሊሲዎች ልክ ወደ ዘላቂ ማህበረሰብ እንቅስቃሴያዊ ሂደት መለወጥ የሚቻለው እንዴት ነው? በወንጌል (ኤፌ 5፡2-21 በፍቅር፣ በብርሃን እና በጥበብ እንድንመላለስ) ምክንያት የምዕራባውያን ሃገሮች መለወጥ ከታሪክ ጋር እያመሳከርክ ግለጥ።

> **ኤፌሶን 5፥3-5** *"ለቅዱሳን እንደሚገባ ግን ዝሙትና ርኵሰት ሁሉ ወይም መመኘት በእናንተ ዘንድ ከቶ አይሰማ፤ የሚያሳፍር ነገርም የስንፍና ንግግርም ወይም ዋዛ የማይገቡ ናቸውና አይሁኑ፥ ይልቁን ምስጋና እንጂ። ይህን እወቁ፤ አመንዝራም ቢሆን ወይም ርኵስ ወይም የሚመኝ እርሱም ጣዖትን የሚያመልክ በክርስቶስና በእግዚአብሔር መንግሥት ርስት የለውም"*

2. ፆታዊ ምግባር-ዐልባነት እና ፍትወታዊ ንጽሕና-ዐልባነት

የግሪኩ ምንባብ ቃላት:-

- ፖርኒያ (ፍትወታዊ ንጽሕና ዐልባነት)

• ፖኔሪያ ፖክፋት)
• አካታርሲያ (ንጽሕና ማጣት)
• ፓታዮቴስ (ከንቱ ንግግር)
• ክሌሮኖሚያ (ውርስ)
• ፖሪያ የሚሰኘው በስም መልኩ የተቀመጠው ቃል ዘወትር ፍትወታዊ ምግባረ-ብልሹነት በሚል ይተረጐማል።

ጥያቄ 303፡- ጳውሎስ *አካታርሲያ* እና *ማታዮቴስ* የሚሉትን ቃላት እንዴት ነው ያቃርናቸው? እነዚህ ቃላት የቱን ነገረ መለኮታዊ አቅጣጫዎች ያስከትላሉ?

ጥያቄ 304፡- *ክሌሮኖሚያ* (ውርስ) የሚሰኘውን ቃል ከእግዚአብሔር መንግሥት ጋር በተጎዳኘ መልኩ መርምሩ። ኢምግባራዊ ባሕርይን በተመለከተ በዚህ ቃል ውስጥ ዕንድምታዊ በሆነ መልኩ ተቀምጦ የምናገኘው መልእክት ምንድን ነው?

ጥያቄ 305፡- የጳውሎስ እንዲህ ያለውን ሁሉን አቀፍ ትሪአድ (πορνεία፣ ἀκαθαρσία፣ πλεονεξία) ሲጠቀም የነበረው የአጻጻፍ ውጤት ምንድን ነው? እነዚህ በዋነኛነት ማኅበራዊ፣ ሥነ ሥርዓት ወይም ሥነ ምግባራዊ ቃላት ናቸው?

ጥያቄ 306፡- የጳውሎስ በቅድም ተከትል (πορνεία ዝሙት ፣ ἀκαθαρσία ርኩሰት ፣ πλεονεξία መጎምጀት /) የአጻጻፍ

ውጤት እና ሊገልጠው የፈለገው እንዴት ትረዳዋለህ? ፡- πορνεία፣ ἀκαθαρσία፣ πλεονεξία

ጥያቄ 307፡- በሐዋርያው ጳውሎስ የተጠቀመው ሁለንተናዊ የሶስትዮሽ ቃላቶች—πορνεία (ፖርኒያ / ዝሙት) ፣ ἀκαθαρσία (akatharsia ርኩሰት) እና πλεονεξία (ፕሌኔክሲያ /መጎምጀት መመኘት)—የተለያዩ የሀጢያት መስፋፋትን እና እርስ በርስ መተሳሰርን ለማጉላት የሚያገለግል ጠንካራ መሰሪያ ነው። በዚህ ሂደት ያለው እንቅስቃሴ ምንድን ነው?

ጥያቄ 308፡- በእነዚህ ምግባሮች መካከል ያለውን ዝምድና ይጠቁማል፣ ይህም አንድ የኃጢአት ዓይነት ወደ ሌሎች ሊያመራ ወይም ሊያጠናክር እንደሚችል ያሳያል በመጨረሻ የክርስቶስን ስም ከማጉደፍ ባሻገር በወንጌል ሕብረተሰባዊ ተፅእኖ ፈጣሪ እንዳንሆን እንቅፋት እንዴት ሊያመጣ ይቻላል? የሞራላዊ ቃላቶች ቢሆኑም ማኅበራዊ እና በአንዳንድ ሁኔታዎች፣ሥርዓታዊ አንድምታዎችን ይይዛሉ። ስለዚህ ክርስቲያን ከዚህ ትግባር በቶሎ ወጥተን ተወዳደጅ ልጆች ለመሆን ወደ "ለውጥ / ተሐድሶ" ሂደት እንዴት እንሸጋገር?

ጥያቄ 309፡- ነዚህ ስጋዊ ባህሪያት ማህበረሰባዊ ችግሮች ሊያመጡ እንዴት ይችላሉ? እነዚህ ባህሪያት በእርግጠኝነት ማህበራዊ ተፅእኖዎች አሏቸው፣ ግንኙነቶችን እና የማህበረሰብ ለእድገት መተሳሰር መሰናክል ሊሆኑ ይችላሉ። ፖርኒያ ጋብቻን እና

ቤተሰብን ሊያፈርስ ይችላል ይህም ለአንድ ሃገር እድገት ትልቅ ችግር እንዴት ያመጣል? ፣ እና ፕሌኔክሲያ ስግብግብነት / መመኘት በአንድ ማህበረሰብ ውስጥ ሙስና ብዝበዛ እና ኢፍትሃዊነትን እንዴት ሊያስከትል ይቻላል? አንድ ክርስቲያን በራስ ዙሪያ ያጠነጠነ እና የክርስቶስ ፍቅር ያልተለወጠ ከሆነ እንዴት በቅዱሳን ህብረት / በህበረተሰብ መካከል አንገት ወደ ማስደፋት ይመጣል?

📖 **(ኤፌሶን 5፥6 -7)** *ከዚህ የተነሣ በማይታዘዙት ልጆች ላይ የእግዚአብሔር ቁጣ ይመጣልና ማንም በከንቱ ንግግር አያታልላችሁ። እንግዲህ ከእነርሱ ጋር ተካፋዮች አትሁኑ፤*

ጥያቄ 310፡- በኤፌሶን ይሰራጬ የነበሩት "ከንቱ ቃላት" (κενοὶ λόγοι) ምን ሊሆኑ ይችላሉ? ከነጻነት ክርስቲያኖች፣ ከአረማዊ ሥነ ምግባር አራማጆች ወይስ የግኖስቲኮች መንትዮች ነበሩ? ተንትነህ አስረዳ

ጥያቄ 311፡- ጳውሎስ ስለ እግዚአብሔር ቁጣ የሰጠው ማስጠንቀቂያ በኤፌሶን ካለው አጠቃላይ የጸጋ ሥነ-መለኮት ጋር እንዴት ይጣመራል?

ጥያቄ 312፡- የግኖስቲክ ስታይል ባለሁለት አቀንቃኞች ዋና እምነቶች የቁሳዊው ዓለም በተፈጥሮ ጉድለት ወይም ክፉ ሆኖ

የሚታይበት፣ እና መንፈሳዊው ዓለም እንደ መለኮታዊ እና ጥሩ ተደርጎ የሚወሰድበትን ነገር ግን መዳን በግኖስቲክ አረዳድ፣ ግኖሲስ (ዕውቀት) ከግለሰብ ሥነ ምግባር የሚመነጮ እንደሆነ እና መንፈሳዊው ዓለም እንደ መለኮት ምንም ጣልቃ እንደማይገባ ያስገነዝባሉ። ይህ ከጳውሎስ ስነ-መለኮታዊ አስተምህሮ እንዴት ይለያያል?

ጥያቄ 313፡- የነጻነት ክርስቲያኖች ዋና እምነቶች ምንድን ነው? ታሪካዊ ዳራው ግለጥ ተሃድሶን ከግለሰብ ቅድስና ጋር እንዴት ይመለከቱታል? ፡- በተሃድሶ ዘመን "ሊበርቲኖች" ዘመናዊ ትርጓሜ በዘመናዊው አውድ ውስጥ፣ "ነጻነት ክርስቲያኖች" ክርስቲያን መሆናቸውን የሚገልጹ ሲሆኑ መዳን በጸጋ ስለሆነ ድርጊታቸው ከእግዚአብሔር ጋር ያላቸውን አቋም አይጎዳውም በማለት በዝሙት ፥ በርኩሰት እና በመመኘት ላይ ያላቸው አመካከት ከጳውሎስ ስነ- መለኮታዊ አስተምህሮ አሰተያይተህ አብራራ።

ጥያቄ 314፡- የአረማውያን ሥነ ምግባር ባለሙያዎች በተለያዩ ጥንታዊ የአረማውያን ወጎች ውስጥ የሥነ ምግባር ሥርዓቶችን እና የፍልስፍና በተለያዩ ፍልስፍናዊ እና ባህላዊ አቀራረቦች ላይ የተመሰረተ ነበር። ብዙ የአረማውያን ፈላስፎች ከተፈጥሮ ጋር በማስተዋል ተስማምተው መኖርን እና የሥነ ምግባር መመሪያዎችን ለመለየት ምክንያትን በመጠቀም አጽንዖት ሰጥተው ይራመዱ ነበር። ለምሳሌ ስቶይሲዝም በጎነትን እና በምክንያት እና በተፈጥሮ ስርአት መኖርን ይጋራሉ። ባህላዊ እና

ማህበረሰባዊ ደንቦች፡ ባህላዊ በጎነቶች፣ የህብረተሰብ ፍላጎቶች፣ ክብር እና የማህበረሰብ ደህንነት በአረማዊ ማህበረሰቦች ውስጥ የሞራል ህጎችን በመቅረጽ ረገድ ጉልህ ሚና ተጫውተዋል። የጥንቷ ግሪክ እና ሮም የተለያዩ የፍልስፍና ትምህርት ቤቶች በዚህ የተዋቀሩ ነበሩ፤ እያንዳንዱም እንደ ኢስጦኢኮች፣ ኤፊቆሬሳውያን እና ሲኒኮች ያሉ ልዩ የሥነ ምግባር ትምህርቶች ነበራቸው። ባርቤሪያን በመባል ትክክል ስብዕና ነው ብለው ያምናሉ። ክርስቶስን ከመምሰል እና ወግና ባህል እሴቶች ላይ መመስረት በህብረተሰባዊ ለውጥ ላይ እንደ ሮም መንግስት ላሉ መፈረካከስ እንዴት ምክንያት ሆነ? የክርስቶስ ፍቅር ላይ የተመሰረቱ ፍልስፈናዎች በምዕራባውያን ትልቅ ሚና ተጫወቶአል። ወንጌል ላይ የተመሰረተ ስነ-ምግባር በከፍተኛ ጠቃሚነቱን አስረዳ።

ጥያቄ 315፡- ከኦርቶዶክስ ክርስትና የሚለየው፡ መጽሐፍ ቅዱሳዊው ክርስትና የእምነትም ሆነ የመልካም ሥራን አስፈላጊነት አጽንኦት ይሰጣል፣ እናም የአካልን ቅድስና እንደ መንፈስ ቅዱስ ቤተ መቅደስ አፅንዖት ይሰጣል፣ ይህም አካል አግባብነት የለውም ወይም ድርጊቶች ምንም ውጤት የላቸውም ከሚለው የነጻነት ክርስቲያኖች አመለካከት እንዴት ይለያያል? ከርስቲያናዊ የሞራል ስርዓት ሆነ ስነምግባር ለህብረተሰብ መለወጥ ምን ያህል አስፈላጊ ነው? ፍሬ ብታበዙ ብታፈሩ ሰዎች (ትውልድ ፥ ህብረተሰብ፥ ሃገር ፥ መንግስታት) እግዚአብሔርን ያከብራሉ ከሚለው የጌታ አነጋገር እንዴት ታመሳክረዋለህ?

(ኤፌሶን 5፥8-10) *"ቀድሞ ጨለማ ነበራችሁና፥ አሁን ግን በጌታ ብርሃን ናችሁ፤ የብርሃኑ ፍሬ በበጎነትና በጽድቅ በእውነትም ሁሉ ነውና ለጌታ ደስ የሚያሰኘውን እየመረመራችሁ፥ እንደ ብርሃን ልጆች ተመላለሱ"*

3. እንደ ብርሃን ልጆች መመላለስ

የግሪኩ ምንባብ ቃላት:-

- ቴክናፎቶስ (የብርሃን ልጆች)
- ፎቲዞ (ማንጸባረቅ /ማብራት)
- አፖፋይኖሜታ (ማጋለጥ)
- ኢዋሬስቶስ (ደስ መሰኘት)
- ጊኖስኮ (ማወቅ)

ጥያቄ 316፡- በአይሁድ ታሪካዊ ዳራ ውስጥ ቴክናፎቶስ (የብርሃን ልጆች) የሚለው ቃል ጉልህነቱ ምንድን ነው?

ጥያቄ 2፡- አፋርሜታ (ማጋለጥ) የሚለው ግስ በክርስቲያናዊ ምስክርነት አሰጣጥ ዐውድ እንዴት ነው ተግባሩን የሚያከናውነው?

ጥያቄ 317፡- *εὐπρόσδεκτος τῷ Θεῷ* (ጌታን የምናስደስተው በምን እንደ ሆነ ለማወቅ መጣር) ለሚለው ዶክያማዞ (መመርመር መፈተን) የሚለውን ቃል ተጠቅሟል። ይህ ክርስቲያናዊ የሆነውን ሥነ ምግባራዊ መለየት በሚመለከት እንዴት ተግባሩን ያከናውናል?

ጥያቄ 318፡- እንደ ብርሃን ልጆች ተመላለሱ የሚለው ጥልቅ ስነ-መለኮታዊ አስተምህሮ ክርስቲያን በዚህ ሕይወት አሁን መኖር ያለበትን የከፍታ እርከን ያሳያል። "ይልቁን የጸጋን ብዛትና የጽድቅን ስጦታ ብዛት የሚቀበሉ በአንዱ በኢየሱስ ክርስቶስ በኩል በሕይወት ይነግሣሉ" ብሎ ሮሜ 5፡17 ይናገራል። የፅድቅ በእግዚአብሔር ፊት በሰው ፊት በቅዱስ ድፍረት ለመቆም እንደንችል ተደርገናል። ታዲያ ይህን ህይወት ተጠቅመን ጤናማ ተፅእኖ ለማምጣት እውነተኛውን ብርሃን ለውጬ አለም እንዴት በገዢነት እንግለጠው?

ለምሳሌ፡- በግሪኮ-ሮማውያን ከተሞች ውስጥ የብርሃን እና በጎነት የሲቪክ አምልኮዎች ነበሩ። "ብርሃንን ለዓለም" እንደሚያመጣ፣ የሮማን የሞራል ልዕልና እና መለኮታዊ ሞገስን የሚያረጋግጥ የፖለቲካ ፕሮፓጋንዳ በሮማ ኢምፓየር የዜጎች ሕይወት ከሃይማኖታዊ-ፖለቲካዊ በዓላት ጋር በእጅጉ የተቆራኘ ነበር። ስለዚህ የጳውሎስ "እንደ ብርሃን ልጆች ተመላለሱ" የሚለው ጥሪ በዘመኑ ከፖለቲካ ጋር የሚቃረን ነበር፣ ምክንያቱም የብርሃን ምንጬ የሚገኘው በንጉሠ ነገሥቱ ወይም በሮማ ሲቪል

ሃይማኖት ውስጥ ሳይሆን በ"ጌታ" (κυρίῳ) ውስጥ ነው እንጂ፣ ክርስቶስን ያመለክታል። በሶስተኛው ክፍለ ዘመን አንድ አምላክ እረሱም ክርስቶስ እንደሆነ ፈጥሮ መላው የምዕራባውያን ሃገሮች መልካም ተፅእኖ በማምጣት አጥለቀለቀው። ዛሬስ ክርስቲያን የብርሃን ልጆች መሆን እና ጤናማ ተፅእኖ ፈጣሪ (በቤተክርስቲያን ፥ በህበረተሰብ እና በመንግስት) ለውጥ እምጪ ሊሆኑ ይቻላሉ?

ጥያቄ 319፡- የተሃድሶ እና የፖለቲካ ነፃነት አቀኝቃኝ ሆኑ ጤናማ ስነመለኮት ሊሂቃን ይህን ቃል ጭቆና ወይም ሙስና ለመቃወም ይጠቀሙበት ነበር። እንደ ካልቪን ያሉት የለውጥ አራማጆች 'እንደ ብርሃን ልጆች መመላለስ' በሚል በርካታ መልካም ስራ ስረተዋል። ጳውሎስ የሮማን ዓለም መንግስት ኢኮኖሚያዊ ሥርዓቶችን ስብዕና እና እኩለነትን የመሳሰሉ የተዛነፉ ስርዓቶችን የማይቀበል እና ህብረተሰቡ ላይ አዲስ የጋራ ሥነ-ምግባርን ማህበራዊ ተዋረድ እንቅስቃሴ እያቀረበ ነበር ብለው ያስተምሩ ነበር። ይህ ፍሬ አድጎ በሮም መንገስት በሶስተኛው ዘመን የብርሃን ጮራ በሰላማዊ መንገድ በራ። ህዝብ በውንጌል ሲለውጥ እና በጎ ስነምግባር ሲኖረው የሚያመጣው ለውጥ እንዴት ትረደዋለህ?

ጥያቄ 320፡- ብዙ ጥናቶች መፅሐፍቶች የጋራ ውይይት በየዘመናቱ በክርስቲያን ወንጌል አማኞች ዘንድ በየመደረኮቻቸው ተደርገዋል። በዚህም ምክንያት ወንጌል ወደ ብርሃን ወጣ። ይህ ለኢትዮጵያውያን እና ኤርትራውያን አማኞች ምን ትምህርት አለው?

(ኤፌሶን 5፥15-17) *እንግዲህ እንደ ጥበበኞች እንጂ ጥበብ እንደሌላቸው ሳይሆን እንዴት እንድትመላለሱ በጥንቃቄ ተጠበቁ፤ ቀኖቹ ክፉዎች ናቸውና ዘመኑን ዋጁ። ስለዚህ የጌታ ፈቃድ ምን እንደ ሆነ አስተውሉ እንጂ ሞኞች አትሁኑ።*

ጥያቄ 321፡- በግሪኮ-ሮማን የፖለቲካ ንግግር ካይሮስ ማለት በፖለቲካ ህይወት ውስጥ ካሉ ስልታዊ ውሳኔዎች ጋር የተቆራኘ አመቺ ጊዜ ማለት ነው። እንደ ሴኔካ ወይም ሲሴሮ ያሉ የሮማውያን ፈላስፎች የሕዝባዊ መረጋጋትን እና በጎነትን ለማራመድ ጊዜን ለ res publica (የጋራ) ደኅንነት በጥበብ እንዲጠቀሙ አሳስበዋል። ስለዚህ የጳውሎስ ማሳሰቢያ "ዘመኑን ለመዋጀት" (ኤክሳጎራዞሜኖይ ቶን ካይሮን) ወደ ታዋቂ የፖለቲካ በጎነት (ፀጥ እና ዝግ ብልን እንድኖር 1ኛ ጢሞ 2፡1-2 አመሳክር። "ጊዜን መዋጀት" ለጋራ ጥቅም ብልህ በሆነ መንገድ መዋጀት እና መምራት ለክርስቲያን የተሰጠ ተግባር ነው? ይህ ግን በዘመኑ ጳውሎስ ለኤፌሶን ስፅፍላቸው የሮማውያን ሕዝባዊ ሥርዓትን ወደ ማወቅ ሳይሆን የእግዚአብሔርን ፈቃድ ወደ ማወቅ ጉዳዩን ያዞረዋል። የጌታ ፈቃድ በማወቅ በተወለድንበት ዘመን በቤተክርስቲያን ሆነ በህብረተሰብ መካከል ተፅእኖ ፈጣሪ ለመሆን ይህ የጳወሎስ ትዕዛዝ እንዴት ባለ መልክ ትቀበለዋለህ?

ጥያቄ 322፡- ጳውሎስ በፃፈበት ዘመን በሄለናዊ ሥነ ምግባራዊ እና ፖለቲካዊ ንግግሮች ውስጥ፣ "በጥንቃቄ በጥበብ መሄድ መመላለስ" (blepete akribos pos peripateite) በከተማዋ (ፖሊስ) እና በሥነ ምግባሯ በሚጠበቀው ቁጥጥር ስር እንደሚኖር መረዳት እና በማስተዋል መመላለስ ማለት ነበር። ኤፌሶን እንደ ዋና የሮማ ግዛት ዋና ከተማ ለሕዝብ ሥርዓት (ፓክስ ሮማና) እና ለሮም ሕዝባዊ ታማኝነት የተከበረ ከተማ ነበረች። ጥበብ (ሶፊያ) ከመልካም ዜጋነት፣ ንጉሠ ነገሥቱን በማክበር እና ለንጉሠ ነገሥታዊ ሃይማኖቶች በተዘጋጁ በዓላት ላይ የምትሳተፍበትን የፖለቲካ ቋንቋ "እንደ ጥበበኞች እንጂ እንደ ጥበብ እንደሌላቸው" እንዳንኖር ሲል ህገመንግሰቱ ጥሪ የሚያስተጋባ ነበር። ጳውሎስ ይህንን ገልብጦታል። እዚህ ላይ ጥበብ የሚገለጸው የጌታን ፈቃድ በመረዳት እንጂ በሮማውያን ከጠበቁት ነገር ጋር በመስማማት ብቻ አይደለም። ይህ ሰማያዊ ጥበብ የገለፀበት አቀራረብ ግን የሰውን ልብ በሰላማዊ መንገድ የሚማርክ ነበር። ብዙዎች ተማርከው በሮም ግዛት ታሪክ ውስጥ ከፍተኛውን ስፍራ ወንጌል በሶስተኛው ዘመን ያዘ። እኛም ይህን ሰማያዊ ጥበብ ለጨለማው አለም በማብራት በሁለም የህብረተሰብ ክፍል እንዴት ማብራት እንችላለን?

(ኤፌሶን 5፥18) *መንፈስ ይሙላባችሁ እንጂ በወይን ጠጅ አትስከሩ ይህ ማባከን ነውና፤*

4. ስካርን ማስወገድ እና በመንፈስ መሞላት

የግሪኩ ምንባብ ቃላት:-

- ሜቱሶስ (ሰካራም)
- ፕሌሮው (መሞላት)
- ኒውማ (መንፈስ)
- ኤሌሉፖታሱሜኖይ (እርስ በርስ መገዛት)

ጥያቄ 323፡- ፕሌሮው (መሞላት) የሚለው ግስ እዚህ ሥፍራ ላይ ተደራጊ በሆነ ድምፀት የተቀመጠ ሲሆን፣ በወይን ጠጅ በመሞላት እና በመንፈስ በመሞላት መካከል ያለውን ልዩነት እንዴት አድርጎ አጽንኦት ይሰጠዋል?

ጥያቄ 324፡- ሜቱሜኖይ (ሰካራም መሆን) የሚለው ቀጣይነት ባለው የጊዜ መደብ አመልካች ግስ የተቀመጠውን ቃል ትእዛዛዊ ከሆነው ፕሌሮሜኖይ ከሚሰኘው ቃል ጋር ሰዋሰዋውም ሆነ ነገረ መለኮታዊ በሆነ መልኩ አመሳክሩት።

ጥያቄ 325፡- አሌሉፖታሶሜኖይ በሚለው ቃል የተገለጸው የእርስ በርስ መገዛቱ በመንፈስ ሙላት ሥር ስላለው ማኅበራዊ መስተጋብር ምን ዐይነቱን ጥቆማ ይሰጠናል?

ጥያቄ 326፡- በወይን መሞላት እና በመንፈስ መሞላት መካከል ያለው ልዩነት ምንድን ነው? ሥነ ምግባራዊ፣ የጋራ ወይም ምሥጢራዊ ነው?

ጥያቄ 327፡- የአሳታፊው ሰንሰለት (መናገር፣ መዘመር፣ ዜማ ማድረግ፣ ማመስገን፣ መገዛት) በሰዋሰው "በመንፈስ መሞላት" ላይ የተመካው እንዴት ነው? ይህ ለጋራ አምልኮ እና ለጋራ መገዛት ምንን ያሳያል?

ጥያቄ 328፡- በወይን መሞላት እና በመንፈስ መሞላት መካከል ያለው ልዩነት ምንድን ነው? ሥነ ምግባራዊ፣ ከማህበረሰብ ጋር ህብርት ከማድረግ ወይስ ጳውሎስ ምሥጢራዊ ነው ብሎ አስቀድሞ የገለጠው ማለትም "ከዘላለም የተሰወረው የምሥጢር ሥርዓት ምን እንደሆነ ..... ብዙ ልዩ ልዩ የእግዚአብሔር ጥበብ"? ኤፌ 3፡8-10 ባለው መነፀር ነው?

(ኤፌሶን 5፥19) *በመዝሙርና በዝማሬ በመንፈሳዊም ቅኔ እርስ በርሳችሁ ተነጋገሩ፤ ለጌታ በልባችሁ ተቀኙና ዘምሩ፤*

5. በመዝሙር እና በመንፈሳዊ ቅኔ እርስ በርስ መነጋገር

የግሪኩ ምንባብ ቃላት:- *ፎልሞይ* (መዝሙር)፣ *ውምኖይ* (ዝማሬ)፣ *ውዳይ* (መንፈሳዊ ቅኔ) *ካርዲያስ ኢሞን* (በልባችሁ ቀድሱት) በሚሉቱ ቃል ላይ ያረፈ ነው።

ጥያቄ 329፡- *ፋልሞን አሞይ እና ውዳይ* በሚሉዋቸው በግሪኩ አዲስ ኪዳን ቃላት መካከል ያለው ልዩነት ምንድን ነው?

ጥያቄ 330፡- *ἐν ταῖς καρδίαις ὑμῶν* (በልቦቻችሁ ውስጥ) የሚለው ውስጣዊ በሆነ አቅጣጫ ላይ እንዴት ተጽዕኖ ያሳድራል?

ጥያቄ 331፡- *ፋሌም* («ምስጋናን መዘመር») የሚለው ግስ በጥንት ቤተ ክርስቲያን ውስጥ ከነበረው ባህላዊ የአምልኮ ልምምድ ጋር እንዴት ይዛመዳል?

(ኤፌሶን 5፥20) *ሁልጊዜ ስለ ሁሉ በጌታችን በኢየሱስ ክርስቶስ ስም አምላካችንንና አባታችንን ስለ ሁሉ አመስግኑ።*

6. ሁልጊዜም ማመስገን

የግሪኩ ምንባብ ቃላት:- *ዩካሪስቴኦ* (ማመስገን)፣ *ኩሪዮ* (ለጌታ) በሚለው ላይ መሠረቱን ያደረገ ነው።

ጥያቄ 332፡- *ዩካሪስቲያ* (ማመስገን) የሚሰኘው ትእዛዛዊ በሆነ አሁናዊ የጊዜ መደብ የተቀመጠ ቃል በብዙ ቊጥር ሲቀመጥ እና ቀጣይነትን በሚያመለክት ግስ ሲቀመጥ ጉልህነቱ ምንድን ነው?

ጥያቄ 333፡- *ፓንቶቴ ሁፔር ፓንቶን* («ሁልጊዜም ስለ ሁሉም ነገሮች») የክርስቲያኖችን አመስጋኝነትን መጠነ-ገደብ እንዴት ያስፋፋዋል?

(ኤፌሶን 5፥21) *ለእያንዳንዳችሁ በክርስቶስ ፍርሃት የተገዛችሁ ሁኑ።*

7. ለክርስቶስ ከሚሆን አክብሮት የተነሣ አንዱ ለሌላው መገዛት

የግሪኩ ምንባብ ቃላት:- *ሁፖቴስ* (መገዛት)፣ *ፎቦስ* (ፍርሃት /አክብሮት)፣ እና ክሪስቶስ (ክርስቶስ) የሚሉዋቸው ናቸው።

• *ሁፖቴስ* (መገዛት)፣ የሚለው ግስ እዚህ *ሥፍራ* ላይ ትእዛዛዊ በሆነ አሁናዊ የጊዜ መደብ የተቀመጠ ሲሆን፣ ቀጣይነት ያለውን ድርጊት ያመለክታል።

ጥያቄ 334:- ይህ በቤተ ክርስቲያን ውስጥ ያለን የጋራ የሆነ የእርስ በርስ መገዛትን በተመለከተ የቱን ዕንድምታዊ መልእክት ይሰጣል?

ጥያቄ 335:- በዚህ ዐውድ ውስጥ *የፎቦስን* (አክብሮታዊ ፍርሃት) ትርጉም አብራሩ። ከክርስቶስ ጋር በሚሆን ግንኙነት ፍርሃት የሚለው ቃል ያለው ነገረ መለኮታዊ መረዳት ምንድን ነው?

ጥያቄ 336:- "እርስ በርሳችን ለክርስቶስ በመገዛት መገዛት"፣ እርስ በርስ መገዛት እንደ ሥነ-መለኮታዊ በጎነት በፓውሊን ቤተ ክህነት እንዴት ይሠራል?

ጥያቄ 337:- እንደ ጳውሎስ ኢክሌሲዮሎጂ፣ "ለእያንዳንዳችሁ በክርስቶስ ፍርሃት የተገዛችሁ ሁኑ" (ኤፌሶን 5:21) የሚለው ሐረግ በክርስቲያን ማኅበረሰብ ውስጥ ያሉ አማኞችን ምግባር የሚመራ ሥነ-መለኮታዊ በጎነት ሆኖ ይሠራል? ይህ በጎነት

የተመሰረተው ክርስቲያኖች የክርስቶስን ምሳሌ በመምሰል የትህትና እና ራስን መስዋዕትነት አምልኮ ማቅረብ ከሚል እምነት ሲሆን ይህም ክርስቶስን እንደ ጌታ በማክበር የሚነዳ ትዕዛዝ ነው? እንዴት?

ጥያቄ 338፡- 'ለክርስቶስ ካላችሁ አክብሮታዊ ፍርሀት የተነሣ አንዳችሁ ለአንዳችሁ ተገዙ' ማለቱ ዝም ብሎ እርስ በርስ መገዛት ወይንም ከዓለም ፍልስፍና የተነሳ የመጣ ማህበራዊ ልምምድ ሳይሆን ክርስቶስን ያማከለ ህብረተሰብን መቅረፅ የሚችል የእግዚአብሔር ጥበብ እንደሆነ ጳውሎስ እንዴት ገለጠው?

ጥያቄ 339፡- እርስ በርሳችን መካባበር "ክርስቶስን ከማፍራት የተነሳ ነው" ማለትም አማኞች እርስ በርሳቸው መገዛት እንደ አምልኮ እና የቤተ ክርስቲያን ራስ ለሆነው ለኢየሱስ ክርስቶስ መታዘዝ ነው። ከዚህ ክርስቲያናዊ ተግባር የተነሳ ወንጌል ለጨለማው አለም ምስክር እንዴት ሊሆን ይቻላል? በቅዱሳን ህብረት የሚያመጣው ተፅእኖ ፈጣሪነቱ ምን ያህል ከፍ ያለ ነው? ምሳሌ ስጥበት። ከአንድ ሃገር የባህል እሴቶች ያለፈ በተግባር የሚገለጥ እና ተፅእኖ ፈጣሪነቱ አስተማማኝ ነው? እንዴት?

ጥያቄ 340፡- ይህ በጎነት አማኞች ከራስ ወዳድነት ይልቅ "ወንድሞችን ማነጽ" ላይ ያተኮሩበት አንድነት እና አንድነት እንዲኖር አስተዋፅዖ ያደርጋል። "እርስ በርሳችን በፍቅር መቻቻችትን" እና "እርስ በርስ መከባበርን" ያበረታታል፣ የአንድነት

መንፈስ እና የሞራል ኃላፊነትን ያጎለብታል። ውጤቱ በውስጥ እና በውጭ ባሉት የሚያመጠው ምንያህል ነው? እግዚአበሔር ድስ የሚያሰኘውን መልካም ፍሬ ማፍራት ጋር የክርስቲያን ተልእኮውን ከመፈፀም አኳያ እንዴት ታስተውለዋለህ? ምን እንዴት ባለ መልክ ማድረግ ያስፈልገናል ብለህ ትመክራለህ?

ኤፌሶን 5፥21-23 *ሚስቶች ሆይ፥ ለጌታ እንደምትገዙ ለባሎቻችሁ ተገዙ፤ ክርስቶስ ደግሞ የቤተ ክርስቲያን ራስ እንደ ሆነ እርሱም አካሉን የሚያድን እንደ ሆነ ባል የሚስት ራስ ነውና።*

8. በክርስቶስ አካል ውስጥ የሚገኝ መገዛት

የግሪኩ ቃላት:- *ሁፖታሶው* (መገዛት)፣ *አሌሎን* (እርስ በርስ)፣ *ፎቦስ* (ፍርሃት/አክብሮት)

ጥያቄ 341፡- *ሁፖታሴስቴ* የሚለው ትእዛዛዊ የሆነ በአሁን የጊዜ መደብ የተቀመጠ ግስ የአንድ ወቅት መታዘዝ ከመሆን ይልቅ ቀጣይነት ያለው የጋራ የሆነ የእርስ በርስ መገዛትን እንዴት ያመለክታል?

ጥያቄ 342፡-መታዘዝን በመቀስቀስ ረገድ *የፎቦስ* (አክብሮታዊ ፍርሃት) ሚና ምንድን ነው? ይህ ጉዳይ በዚህ ዐውድ ውስጥ የፍርሃት ቅጣት ጉዳይ ነው ወይስ የሌላ ነገር?

ጥያቄ 343፡- አሌሎን (እርስ በርስ) የሚለው ቃል እዚህ ሥፍራ ላይ ሰዋሰዋዊ በሆነ መልኩ ተግባራዊ ይሆናል ወይ? ይህ ተገላቢጦሻዊ ለሆነ ግንኙነት እንዴት አጽንኦት ይሰጠዋል?

📖 **(ኤፌሶን 5፥22-24)** *ዳሩ ግን ቤተ ክርስቲያን ለክርስቶስ እንደምትገዛ እንዲሁ ሚስቶች ደግሞ በሁሉ ለባሎቻቸው ይገዙ።*

9. ሚስቶች እና ባሎች፡- መገዛት እና ፍቅር

የግሪኩ ቃላት፡- *ሁፖታሶማይ* (መገዛት)፣ *ኩሪዮስ* (ጌታ)፣ *ሶማ* (አካል/ሰውነት)፣ እና *ኬፋሌ* (ራስ)

ጥያቄ 344፡- ለሴቶች መግለጫነት በሚውልበት ጊዜ *ሁፖታሶማይ* ከሚለው የቱ ናውንስ ይወጣል? ይህ አክብሮታዊ ፍርሃትን የሚገለጽ ነው ወይስ ሌላ ነገርን?

ጥያቄ 345፡- ቤተ ክርስቲያን የክርስቶስ አካል ሆና የቀረበችበት ተምሳሌታዊ መግለጫ በሚስትና በባል መካከል ያለን ግንኙነት ለመግለጽ እንዴት ጥቅም ላይ ይውላል?

ጥያቄ 346፡-እዚህ *ሥፍራ ላይ የኬፋሌ (ራስ)* ጉልህነት፣ በተለይም ደግሞ በግሪክ ወሮም የቤተ ሰው ሥርዓተ አሠራር፣ እንዲሁም የጳውሎስ ነገረ መለኮታዊ መረዳት ብርሃንነት ያለው ጉልበት ምንድን ነው?

(ኤፌሶን 5፥22-28) *"ባሎች ሆይ፥ ክርስቶስ ደግሞ ቤተ ክርስቲያንን እንደ ወደዳት ሚስቶቻችሁን ውደዱ፤ በውኃ መታጠብና ከቃሉ ጋር አንጽቶ እንዲቀድሳት ስለ እርስዋ ራሱን አሳልፎ ሰጠ፤ እድፈት ወይም የፊት መጨማደድ ወይም እንዲህ ያለ ነገር ሳይሆንባት ቅድስትና ያለ ነውር ትሆን ዘንድ ክብርት የሆነችን ቤተ ክርስቲያን ለራሱ እንዲያቀርብ ፈለገ። እንዲሁም ባሎች ደግሞ እንደ ገዛ ሥጋቸው አድርገው የገዛ ሚስቶቻቸውን ሊወዱአቸው ይገባቸዋል። የገዛ ሚስቱን የሚወድ ራሱን ይወዳል"*

347. ባሎች:- ክርስቶስ ቤተ ክርስቲያንን እንደ ወደዳት እነርሱም ሚስቶቻቸውን ሊወድዱ ይገባቸዋል

የግሪኩ ቃላት:- *አጋፓው* (መውደድ)፣ *አፊኔሚ* (መቀደስ)፣ *አጊያዞ* (መቀደስ) እና ዶክሳዞ (ማክበር)

ጥያቄ 348፡- አጋፓው ትእዛዛዊ በሆነ አሁናዊ የጊዜ መደብ የተቀመጠ ግስ ነው። የባሎችን የፍቅር ባሕርይ የሚቆይበት ጊዜን በተመለከተ ይህ ቃል ምን ይጠቁመናል?

ጥያቄ 349፡- ጳውሎስ ሁለት ተዛማጅ የሆኑ *አፎሜይ* እና *ሀጊዞ* የሚባሉትን ቃላት ተጠቅሟል፤ እነዚህ ግሶች ከመቀደስ እና ንጹሕ ከመሆን ጋር ተያይዘዋል። እነዚህ ግሶች የጋብቻን ነገረ መለኮታዊ ግንዛቤ እንዴት መልክ ያስይዙታል?

ጥያቄ 350፡- *ዶክሳዞ* አውቴን (እርስዋን ለማክበር) የሚለው ሐረግ እርስዋን ለማክበር ቤተ ክርስቲያን ካላት የነገረ ፍጻሜያዊ ተስፋ ጋር እንዴት ይዛመዳል?

(ኤፌሶን 5፥32) *ይህ ምሥጢር ታላቅ ነው፥ እኔ ግን ይህን ስለ ክርስቶስና ስለ ቤተ ክርስቲያን እላለሁ።*

11. የክርስቶስ እና የቤተ ክርስቲያን ምሥጢር

የግሪኩ ቃላት:- ሙስቴሪዮን (ምሥጢር)፣ ኤን ሰማ (አንድ አካል)

ጥያቄ 351፡- *ሙስቴሪዮን* (ምሥጢር) የሚለው ቃል ልዩ የሆነ ጳውሎሳዊ ጉልህነት ያላቸውን ነገሮች ይሸከማል። ጳውሎስ በሌሎች ሥፍራዎች እንዴት ነው ሙስቴሪዮን የሚለውን ቃል የተጠቀመው?

ጥያቄ 352፡- *ኤን ሰማ* (አንድ አካል) ከሚለው ቃል በክርስቶስ እና በቤተ ክርስቲያን መካከል፣ እንዲሁም በባልና በሚስት መካከል ባለ ግንኙነት እና ዐውድ የትኞቹ ነገረ መለኮታዊ ዕንድምታዊ መልእክቶች ይነሣሉ?

ጥያቄ 353፡- ይህ ምንባብ የጋብቻን ምሥጢራዊነት ወይም ቃል ኪዳናዊነት ያለው ባሕርይ እንዴት ጥልቀት ያለው ያደርገዋል?

ኤፌሶን 6

1. ልጆች እና ወላጆች:- መታዘዝ እና ክብር

(ኤፌሶን 6፥1-3) *ልጆች ሆይ፥ ለወላጆቻችሁ በጌታ ታዘዙ፥ ይህ የሚገባ ነውና። መልካም እንዲሆንልህ ዕድሜህም በምድር ላይ እንዲረዝም አባትህንና እናትህን አክብር፤ እርስዋም የተስፋ ቃል ያላት ፊተኛይቱ ትእዛዝ ናት።*

የግሪክ ቃላት:-

- *ቴክና (ልጆች)*
- *ሁፖኮኔቴ (ታዘዛችሁ)*
- *ቲማ* (ክብር)
- ዩሌጌቴሴ (ተባረካችሁ ሁኑ!)
- ዩሌጌቴስታይ (ትባረካላችሁ) አመልካች የሆነ የወደፊት ጊዜ

ጥያቄ 354፡- ሁፖኮኔቴ («መታዘዝ») የሚለው ትእዛዛዊ የሆነ አሁናዊ ጊዜ ሲሆን፣ ከአንድ ወቅት ተግባርነት ይልቅ ቀጣይነት ያለው መታዘዝን እንዴት ያመለክታል?

ጥያቄ 355፡- *ኤይስ ማክሮክሮኒዮን* (ለረጅም ጊዜ) የሚለው የተስፋ ቃል *ዩሌኔቴሴይ* (ተባረኩ!) ከሚለው ጋር መያያዝ የሚኖረው ጉልህነት ምንድን ነው? ይህ በብሉይ ኪዳን ያለን ቃል ኪዳናዊ በረከቶች እንዴት ያንጸባርቃል?

ጥያቄ 356፡- ቲያማ (ክብር) የሚለው ቃል በተጨማሪነት ትእዛዛዊ በሆነ የጊዜ ገደብ የተቀመጠ ነው። ይህ ትእዛዝ ልጆች ለወላጆቻቸው ሊያሳዩት ከሚገባው ዝንባሌ እና ተግባር ጋር እንዴት ይዛመዳል?

ጥያቄ 357፡- ኤይስ ማካሮክሮኒዮን («ለረጅም ጊዜ») የሚለው ሐረግ ኢውሎጌቴዜታይ በሚለው የበረከት ተስፋ ውስጥ እንዴት አብሮ ይሄዳል? ይህ መጠነ-ጊዜ የቱን ነገረ መለኮታዊ ጉልህነት ይይዛል?

ጥያቄ 358፡- በቊጥር 1 ላይ የምናገኘውን ትእዛዝ በቊጥር 2 ላይ ካለው ብሉይ ኪዳናዊ ጥቅስ (አባትና እናትህን አክብር) ከሚለው ጋር አመሳክሩ። ጳውሎስ ይህንን ትእዛዝ የተጠቀመበት ሁኔታ እንዴት ተቀባይነትንም ሆነ ዕድገትን /ጉልበታን ያመለክታል?

(ኤፌሶን 6፥4) *እናንተም አባቶች ሆይ፥ ልጆቻችሁን በጌታ ምክርና በተግሣጽ አሳድጉአቸው እንጂ አታስቆጡአቸው።*

1. አባቶች እና ልጆች:- ተግሣጽ እና ማስተማር

የግሪኩ ቃላት:-

• ፓቴሬዝ (አባቶች)፣

• አግሬቴዜቴ (ማበሳጨት ማናደድ) አመልካች በሆነ አሁናዊ የጊዜ አመልካች የሆነ የጊዜ መደብ እና ድምፀት

• ኤግሪኔቴስ (ማስቈጣት) አመልካች በሆነ አሁናዊ የጊዜ መደብ በአድራጊ ድምፀት

• ኤክትሮፎቴ (መመገብ /ማሳደግ)

• ኤን ፓይዲያ ካይ ኑቴሲያ ኩሪዮን (በጌታ ተግሣጽ እና ትምህርት ወይም ምክር)

ጥያቄ 359:- ኤሬቴዜቴ እና አግሪኔቴ በአመልካች አሁናዊ የጊዜ መደብ ቀጣይነት ያላቸውን አሉታውያን ተግባራት እንዴት ይገልጻሉ?

ጥያቄ 360፡- ኤክትሮፎቴ የሚሰኘው አመላካች የሆነ የአሁን ጊዜ መደብ ቀጣይነት ባለው መልኩ የተቀመጡ ሲሆን እንዴት አባቶች ያሉባቸውን የማስተማር እና የመመገብ ኀላፊነቶች ይገልጻል?

ጥያቄ 361፡- ኤን ፓይዲያ ካይ ኑቴሲያ ኩሪዮን (በጌታ ትምህርት እና ትእዛዝ) የሚለውን ድብልቁን ሐረግ መርምሩ። ይሁንና ይህ መንፈሳዊ ወላጃዊ ሥልጣንን እና የአሠራር ሥርዓቶችን በጳውሎስ ዕሳቤ እንዴት መልክ ያስይዛቸዋል?

2. ባሮች እና ጌቶች:-

(ኤፌሶን 6፥5-9) *ባሪያዎች ሆይ፥ ለክርስቶስ እንደምትታዘዙ በፍርሃትና በመንቀጥቀጥ በልባችሁ ቅንነት በሥጋ ጌቶቻችሁ ለሆኑ ታዘዙ፤ የእግዚአብሔርን ፈቃድ እንደሚያደርጉ እንደ ክርስቶስ ባሪያዎች እንጂ ለሰው ደስ እንደምታሰኙ ለታይታ የምትገዙ አትሁኑ። ለሰው ሳይሆን ለጌታ እንደምትገዙ በትጋትና በበጎ ፈቃድ ተገዙ፤ ባሪያ ቢሆን ወይም ጨዋ ሰው፥ እያንዳንዱ የሚያደርገውን መልካም ነገር ሁሉ ከጌታ በብድራት እንዲቀበለው ታውቃላችሁና። እናንተም ጌቶች ሆይ፥ ዛቻውን ትታችሁ እንዲሁ አድርጉላቸው፥ በእነርሱና በእናንተ ላይ የሚገዛው ጌታ በሰማይ እንዳለ ለሰው ፊትም እንዳያደላ ታውቃላችሁና።*

የግሪኩ ቃላት:-

- ዱሎይ (ባሮች)
- ሁፖኩኖቴ (መታዘዝ)
- ዱሎውቴ (ማገልገል)
- ካታሰርካ (እንደ ሥጋ)
- ኩሪዮስ (ጌታ)
- ሜስቶን (ምንዳ /ደመወዝ /ብድራት)
- አንትሮፖይ (ሰው)
- ቴዎስ (እግዚአብሔር)

ጥያቄ 362፡- *ሁፖኩኖቴ* እና *ዱሌዔት* የሚሰኙት ግሰች በትእዛዛዊ አሁናዊ የጊዜ መደብ የተቀመጡ ናቸው። ይህ የሚጠበቁ የባሮችን ባሕርያት አስመልክቶ ምን ያመለክተናል?

ጥያቄ 363፡- *ካታሰርካ* (እንደ ሥጋ ፈቃድ) የሚለው ሐረግ ትርጉሙ ሲሆን፣ ምድራዊ ጌቶችን በማመልከቱ ረገድስ ጉልህነቱ ምንድን ነው?

ጥያቄ 364፡- ጳውሎስ *ኩሪዮስ* (ጌታ) በሚለው ቃል ላይ እንዴት ነው አጽንኦት ያደረገው?

ጥያቄ 365፡- ከምድራዊ ጌቶች በሚወሰድ ሚስቶን እና ከእግዚአብሔር በሚወሰድ ሚስቶን መካከል መካከል ያለ ተቃርኖ እንዴት የሥራ እና የሽልማት ነገረ መለኮታዊ መረዳትን አጎለበተው?

4. የእግዚአብሔር ዕቃ ጦር ሁሉ (6፥10-17)

የግሪኩ ቃላት:-

- ኤንዱናምዱቴ (ጠንካራ)
- ፓሌ (መታገል)
- ፓኖፕሊያ (ዕቃ-ጦር)
- ዞቴ (ቀበቶ /መታጠቂያ)
- ቶራዝ (ጥሩር)
- ሁፖዴማ (መጫሚያ)
- ቴሬድዝ (ጋሻ)
- ፔሪኬፋሊያ (ራስ-ቍር)
- ማካይራ (ሰይፍ)
- ሌጎስ (ቃል)
- ኒውማ (መንፈስ)
- ፕሮሲኩዌ (ጸሎት)

ጥያቄ 366፦- *ኤንዱናምስቴ* የሚለው ግስ ትእዛዛዊ የሆነ አሁናዊ ተደራጊ ግስ ነው። ይህ ድምፀት እና የጊዜ መደቡ አማኞችን እንዴት ነው ጥንካሬን የሚያገኙት የሚለውን በመረዳቱ ላይ እንዴት አጽንኦት ያደርጋል?

ጥያቄ 367፦- *ፓሌ* (ትግል) የሚሰኘውን ተምሳሌታዊ መግለጫ መንፈሳዊ ግጭት በሆነበት መልኩ ገምግሙ። ኢንቴስቴናይ (ተቃውሞ) የሚሰኘው ቃል ድርጊቱ በመፈጸም ላይ መሆን አሁናዊ የጊዜ መደብ ንቁ የሆነን ተቃውሞ እንዴት ያጎላዋል?

ጥያቄ 368፦- የዕቃ ጦር ዝርዝሮቹ ሁሉም የብሉይ ኪዳን የጦር መሣሪያዎችን የሚያመለክቱ ናቸው እንዴት ነው ውሎስ እነዚህን ለመንፈሳዊ ውጊያ መግለጫነት የተጠቀመባቸው?

ጥያቄ 369፦- *የማካሪያ ቱ ኒውማቶስ* (የመንፈስ ሰይፍ) የእግዚአብሔር ቃል *(ሎጎስ ቱ ቴኡ)* በሆነበት ሁኔታ እንዴት ያጎላዋል?

ጥያቄ 370፦- ይህ ተምሳሌታዊ መግለጫ ሰዋሰዋዊ በሆነ እና ነገረ መለኮታዊ በሆነ መልኩ እንዴት ነው የሚሠራው?

ጥያቄ 371፡-ፕሮሴውኬ (ጸሎት) የሚለው ቃል በተነጠላ ቊጥር የሰፈረ ነው፤ ነገር ግን በመንፈሰው ውጊያ ውስጥ የጸሎትን ባሕርይ እና መጠነ-ገደብ በተመለከተ የቱን ጥቆማ ይሰጣል?

5. ስለ ጸሎት እና ስለ ንቁ መሆን የተሰጡ የመጨረሻዎቹ ምክሮች (ኤፌሶን 6፥18-20)

የግሪክ ቃላት፡-

- *ፕሮሰውኮማይ* (መጸለይ) ትእዛዛዊ የሆነ በአሁናዊ የጊዜ መደብ የተቀመጠ ግስ
- *ዴኤሰይዝ* (ልመና)
- *ፓሳ ፕሮሱኬ* (ጸሎቶች ሁሉ)

ጥያቄ 372፡- በተደጋጋሚ የቀረቡቱ *ፕሮሴኩቴ* እና *ግሬጎሬቴ* የሚሰኙቱ ትእዛዛዊ የሆኑ በአሁናዊ የጊዜ መደብ የሰፈሩቱ ግሶች ጥቅም ላይ መዋላቸው እንዴት ነው ቀጣይነት ያለውን ንቁነት እና ጸሎት ጥልቀት ያላቸው ሊያደርጉ የሚችሉት?

ጥያቄ 373፡- *ዴኤሲስ* (ልመና የሚለው በስም መልኩ የተቀመጠ ቃል ዘወትር አሸካሚነትን ይሸከማል፡፡ ይህ እንዴት ነው እዚህ

ሥፍራ ላይ ያለን ለጸሎት የሚሆን ጥሪ ጥልቀት ያለው እንዲሆን የሚያደርገው?

ጥያቄ 374፡- *ሜዞቴ* የሚለው አያያዝ ማስጠንቀቂያን የሚያስተዋውቅ ነው። ይህ አያያዥ የሆነ ሐረግ የጳውሎስን ልመና አስቸካይነት እና ግድ የሚሰኙበት መሆን እንዴት ነው መልክ የሚያስይዘው?

ጥያቄ 375፡- ከቁጥር 19-20 በለው ክፍል ላይ እንዴት ነው የጳውሎስ ግላዊ ጥያቄ ወይም ልመና በአገልግሎት ውስጥ ባለው የምልጃ ጸሎት ላይ በድምቀት የሚያሰምርበት? ጸሎት ላይ በድምቀት የሚያሰምርበት?

www.ingramcontent.com/pod-product-compliance
Lightning Source LLC
Chambersburg PA
CBHW052041280426
43661CB00084B/8
9781735678863